ஸீரோ டிகிரி இலக்கிய விருது—2023

தேர்ந்தெடுக்கப்பட்ட சிறுகதைகள்

ஸீரோ டிகிரி இலக்கிய விருது—2023

தேர்ந்தெடுக்கப்பட்ட சிறுகதைகள்

எழுத்து பிரசுரம்

Title: Thernthedukkappatta Sirukathaigal-2023
Author's Name: Zero Degree Publishing

Published by Ezutthu Prachuram

Ezutthu Prachuram
(An imprint of Zero Degree Publishing)
No. 55(7), R Block, 6th Avenue,
Anna Nagar,
Chennai - 600 040

Website: www.zerodegreepublishing.com
E Mail id: zerodegreepublishing@gmail.com
Phone: 89250 61999

Ezutthu Prachuram First Edition: October 2023
ISBN: 978-93-95511-80-3
TITLE NO EP: 465

Cover Design & Layout: Vijayan, Creative Studio

முன்னுரை

நோபல் பரிசு பெற்றவர்கள் கூட புக்கர் போட்டிக்கு தங்கள் நூலை அனுப்புவதற்குத் தயங்குவதில்லை. நோபல் பரிசு வென்றவரின் நூல் இறுதிப் பட்டியலுக்குக் கூடத் தேர்ந்தெடுக்கப்படாததும் புக்கர் போட்டியில் நடந்திருக்கிறது. அதை கௌரவக் குறைவாக யாரும் நினைப்பதில்லை. ஆனால் தமிழ்ச்சூழல் அதற்கு மாற்றுதிசையில் இருக்கிறது. ஸீரோ டிகிரி இலக்கிய விருது போன்ற தமிழில் முக்கியமான போட்டிக்குக் கூட பிரபலமான எழுத்தாளர்கள் யாருமே தங்கள் சிறுகதைகளை அனுப்பாதது இந்த மனநிலையை உறுதி செய்கின்றது.

போட்டிக்கு அனுப்பிய கதைகளில் எழுத்தாளர் பெயரோ, சிறுகதைத் தலைப்போ இருக்கவில்லை. ஒவ்வொரு சிறுகதைக்கும் ஒரு எண் கொடுக்கப்பட்டிருந்தது. ஏதேனும் ஒரு எழுத்தாளர் தற்செயலாக ஏதேனும் ஜூரியிடம், இந்தப் பெயரில் ஸீரோ டிகிரிக்குக் கதை அனுப்பியிருக்கிறேன் என்ற ஆபத்தை யூகித்துத் தலைப்பும் கொடுக்கப்படாமல் இருந்திருக்கலாம். ஆனால் என்னைப் பொறுத்தவரையில் சிறுகதையின் தலைப்புக்கும் கூட கதை தேர்வு செய்யப்படுவதில் ஒரு சிறிய பங்கு உண்டு. அதேபோல் சிறுகதைகளுக்கு பக்க வரையறைகளும் அவசியம். ஒரு குறுநாவல் தவறுதலாகச் சேர்ந்துவிட்டது என்ற சந்தேகம் எனக்கு ஆரம்பத்தில் இருந்தது. இருநூற்று முப்பது கதைகள் போட்டிக்கு வந்திருந்தன. சென்ற முறை குறுநாவல்களில் பெயரும், தலைப்புமில்லாமல் மூன்று எழுத்தாளர்களை என்னால் அடையாளம் கண்டுபிடிக்க முடிந்தது

போல் சிறுகதைகளில் முடியவில்லை. வெகுசில கதைகளை எழுதியது பெண்கள் என்பது மட்டுமே கண்டுபிடிக்க முடிந்தது. மொத்தக் கதைகளில் எண்பது கதைகளை நீக்கிவிட்டு, நூற்றைம்பது கதைகள் ஜூரிகள் நால்வருக்கு அனுப்பப்பட்டன. நால்வருமே எழுத்தாளர்கள், தமிழ் இலக்கியத்துடன் பல்லாண்டுகள் பரிச்சயம் கொண்டவர்கள், இருவர் பெண்கள், இருவர் ஆண்கள்.

போட்டிக்கு வந்த சிறுகதைகளைப் பற்றி ஒரே வார்த்தையில், பொதுவாகக் கூற வேண்டுமென்றால், ஏமாற்றம். நல்ல தமிழ்ச் சிறுகதைகள் இருபது, முப்பது பேரால் திரும்பத்திரும்ப எழுதப்படுகின்றன எனும் உணர்வே இவற்றைப் படிக்கையில் எழுந்தது. பத்து தேர்ந்தெடுக்கப்பட்ட கதைகளில் ஒரே ஒரு பெண்தான் தேர்வாகியிருப்பது என்பது எந்த அளவுகோலிலும் ஏற்புடையதல்ல. வேறெந்த மொழிகளிலும் நேராத விந்தையிது. கதைகளை வாசிக்கையில், ஒரு சம்பவமோ அல்லது தீமோ கிடைத்தவுடன் வேகமாக எழுதி முடித்துப் பத்திரிகைகளுக்கும் உடனே அனுப்பிவிடும் பழக்கம் இருப்பதாகத் தெரிய வருகிறது. சிறுகதைகளை எழுதும் நேரத்தை விட எடிட்டிங்கிற்கு அதிக நேரம் செலவழிக்க வேண்டும். சுருக்கமாகச் சொன்னால் சொந்தக்காரர் வீட்டுத் திருமணத்திற்குச் செல்ல எடுத்துக் கொள்ளும் ஆயத்த நேரத்தில் பாதியையாவது ஒரு சிறுகதையைச் செப்பனிட எடுத்துக் கொள்ள வேண்டியதாயிருக்கும்.

கடைசியாகத் தேர்வாகி இருக்கும் கதைகளைப் பற்றித் தனித்தனியாக இங்கே சொல்லவில்லை, வாசகர்கள் வாசித்து முடிவு செய்து கொள்ள வேண்டியது. கதைகள் மொத்தமாக இம்முறை வந்தவற்றில் இருந்து Percentile முறையில் தேர்ந்தெடுக்கப்பட்டவை. வேறொரு கதைகளின் குழுவில் இந்தக் கதைகள் தேர்ந்தெடுக்கப்படும் வாய்ப்பை இழந்திருக்கலாம். வேறொரு ஜூரிக் குழுவில் முற்றிலும் வேறு கதைகள் தேர்ந்தெடுக்கப்பட்டிருக்கலாம். உதாரணத்திற்குச் சொல்வதென்றால் ஒரு சிறுகதை இருவர் தேர்வு செய்து, மீதி மூவர் தேர்வு செய்யாததால் இறுதிப் பட்டியலுக்கு அது வரவில்லை. தேர்வு, பரிசு எல்லாவற்றையும் விட, எழுத்தாளர்கள் தொடர்ந்து எழுதுவதும், ஸீரோ டிகிரி போல கணிசமான பரிசுத்தொகையை அளிக்கும் விருதுகள் தொடர்ந்து நடைபெறுவதுமே எதிர்காலத் தமிழ் இலக்கியத்திற்கு முக்கியமான விஷயம்.

- சரவணன் மாணிக்கவாசகம்

பொருளடக்கம்

தாயம்

கா. ரபீக் ராஜா

பரஞ்சோதியால் நம்ப முடியவில்லை. நெடுநாளைக்கு முன்பு கண்ட கெட்ட கனவு ஒரு பகல் பொழுதில் நிகழும் என நினைக்கவேயில்லை. உலையில் போடத் தயாராக இருந்த அரிசியைப் பட்டென்று கீழே போட்டாள். உள்ளிருந்து சுப்பையா குரல் கொடுத்தார்.

“*என்னாச்சும்மா!*”

பரஞ்சோதிக்கு வார்த்தை எழவில்லை. முதல் கணவன் வாசலில் நிற்பதற்கு இரண்டாவது கணவர் காரணம் கேட்டால் என்னதான் சொல்வது?

“என்னாச்சுன்னு கேட்டேன்!” இந்தமுறை அதில் ஆதங்கம் இருந்தது.

“கைதவறிடுச்சு!” என்ற பரஞ்சோதியின் குரலில் தெரிந்த தடுமாற்றத்தை சுப்பையா பெரிதாய் எடுத்துக்கொள்ளவில்லை. முன்பு போல நடக்க முடிந்திருந்தால் இந்நேரம் சுப்பையா சம்பவம் நடந்திருந்த இடத்தை ஆய்வு செய்து சிகப்பியிடம் அறிக்கை தாக்கல் செய்திருப்பார். அவரின் போதாத நேரம் சென்ற வாரம் சைக்கிளில் இருந்து வந்து கொண்டிருந்த போது ஒரு அம்பாசிடர் கார் தவறான நேரத்தில் திறக்கப்பட்டது. கார் கதவு தடுத்து விழுந்ததில் சுப்பையாவின் தலையில் நான்கு

தையல். கூடவே கால் கதவில் தட்டியதில் மூட்டு வழக்கத்துக்குப் புறம்பாக நகர்ந்து இருப்பதாக, காலில் பெருங்கட்டுப் போட்டு நடக்க முடியாத நிலை.

வாசலில் பரிதாபமாக நின்றுகொண்டிருந்த பெருமாளின் கண்களில் கண்ணீர் எந்நேரமும் கொட்டும் சூழல். பரஞ்சோதி அவரை வீட்டுக்கு வெளியே நின்ற புங்கை மரத்திற்கு அழைத்துச் சென்றாள். அந்த அவரச் சூழலில் அவரது கையைப் பிடித்தது சற்று நேரம் கழித்துதான் உணர்ந்தாள்.

“எதுக்கு இங்க வந்தீங்க?” என்ற பரஞ்சோதி குரலில் எஞ்சிய வாழ்விற்கும் பங்கம் வந்துவிடுமோ என்ற பயம் கலந்திருந்து.

பெருமாள் அழுதார்.

“இப்ப அழுது? எல்லா முடிஞ்சு போச்சு. நல்லாருப்பீங்க சாமி. முதல்ல கிளம்புங்க. ஏதோ புண்ணியத்துல வாழ்ந்துட்டு இருக்கேன். அத கெடுத்துப்புட்டு போயிறாதீங்க!” எப்படியும் பேசி அனுப்பிவிட வேண்டும் என்ற நோக்கத்தில் பரஞ்சோதி இருந்தாள்.

“ஏ புள்ள, எப்படி இருக்கேன்னு ஒரு கேள்வி கேக்காம? யாரோ மாதிரி தெருவுல நின்னு பேசுற. சரி பரவாயில்ல!” தலையில் கட்டியிருந்த தலைப்பாகையை எடுத்து முகத்தைத் துடைக்கும் சாக்கில் வழிந்த கண்ணீரையும் துடைத்துக்கொண்டார்.

“எதுக்குக் கேக்கணும்? இல்ல எதுக்குக் கேக்கணுங்குறேன்?” பரஞ்சோதியின் குரலில் லேசாய் உக்கிரம் கூடியிருந்தது.

பெருமாள் தலையைத் தொங்கப்போட்டுக்கொண்டார். அந்த நிசப்தமான நேரத்தை இன்னும் பயன்படுத்திக்கொள்ள பரஞ்சோதி முடிவு செய்தாள்.

“கல்யாணமான ரெண்டு வாரம். திருவிழாவுல கள்ளச்சாராயம் குடிச்சு சூதாடி வந்த சண்டையில ரெண்டு தலையைச் சீவும்போது எதுவும் தெரியலையே?”

முகத்தைத் துடைத்து விட்டு தலைப்பாகை நிறுவப்போன பெருமாளுக்கு மீண்டும் அழுகை வந்தது. எனவே அவ்வப்போது துடைத்துக்கொள்ள ஏதுவாய் அந்தத் துண்டைக் கழுத்திலே சமமாகப் போட்டுக் கொண்டார்.

“இப்ப எதுக்கு பொம்பள மாதிரி ஒப்பாரி வைக்கிற? கிளம்பு. எல்லாம் முடிஞ்சு போய் முப்பது வருசமாச்சு!” என்றவாறு பெருமாள்

கையில் சில நூறு ரூபாய்த் தாளைத் திணித்தாள். பெருமாள் வாங்கிக் கொள்ளவில்லை.

“இப்ப எதுக்கு இங்க வந்துருக்க, எந்தக் குடிகெடுத்த முண்ட இந்த விலாசத்தைக் குடுத்தா?”

“யாரும் கொடுக்கலேன்னா எனக்குத் தெரியாதாக்கும்?”

“செரி! இப்ப கண்டுபுடிச்சு வந்த நோக்கம் என்ன? என்னோட குடியைக் கெடுத்து நடுத்தெருவுல நிப்பாட்டத்தானே?” மரத்தில் மெல்லிய காற்று வீசியது. பரஞ்சோதிக்கு மூச்சு வாங்கியது.

“யாரு சொன்னா, ஒ குடிய கெடுக்க வந்தேன்னு? அடுத்தவன வாழ வைக்கிற வம்சத்துல பிறந்தவன் நான்! தேடி வந்துட்டேன்னு இப்படிப் பேசாத!” என்ற பெருமாள் குரலில் கோபம் கலந்த பரிதவிப்பு இருந்தது.

பரஞ்சோதிக்குக் கோபம் தலைக்கு ஏறியது. “ஆமா மயிராண்டி வம்சம்தான். தாலி கட்டி ஈரங்கூட காயல. கட்டுன பொண்டாட்டி என்னவான்னு ரோசனை பண்ணாத உங்களுக்கு வம்சபெருமை ஒண்ணுதான் கேடு!”

பெருமாள் அமைதியாக இருந்தது ஒரு தீர்மானம் போல இருந்தது. பரஞ்சோதி கிளம்ப முற்படுகையில், “மன்னிப்பு கேக்கத்தான் வந்தேன்!” என்றார் பெருமாள். அதைப் புரிந்துகொண்டவள் போல் பரஞ்சோதியும் கொஞ்சம் இறங்கி வர முடிவு செய்தாள். ஆனால் முழுமையாகக் கூடாது என ஜாக்கிரதை உணர்வும் கலந்திருந்தது.

“சரி சாமி, மன்னிச்சிட்டேன். இப்ப என்ன பண்ண போறதா உத்தேசம்?” பரஞ்சோதி சற்று இயல்புநிலைக்கு வந்திருந்தாள்.

“ஒண்ணுமில்ல, நா கிளம்புறேன். வடக்கு நாடி போலாம்ன்னு முடிவு பண்ணிருக்கேன். அதான் உன்னய கடசியா பாத்திட்டு மன்னிப்பு கேக்கலாம்னு வந்தேன்!” தலைப்பாகை எடுத்துக் கட்டுவது ஏதோ இறுதி அறிவிப்புப் போல இருந்தது. பரஞ்சோதிக்கு என்னவோ போலிருந்தது. என்னதான் ஒருகாலத்தில் தவறிழைத்தவனாக இருந்தாலும் இப்போது ஒரு நிராயுதபாணி. அவனைத் தண்டித்து விட்டோமோ என மனநிலையை அடைய அவளுக்கு நேரம் அதிகமெடுக்கவில்லை.

அறிவியலின் ஆரம்ப அறிகுறிகள் தென்படாத ஊரில்தான் பரஞ்சோதி

வாக்கப்பட்டுப் போனாள். கணவன் பெருமாளின் ஓங்குதாங்கான உடற்கட்டுக்குள்தான் பரஞ்சோதி ஒரு வாரம் ஆக்கிரமிக்கப்பட்டிருந்தாள். புருஷன்னு வந்தவனை பொந்துக்குள்ளயே வச்சுருக்கா என மாமியார் எட்டாம் நாளில் சாடை பேசத் தொடங்கினாள். ஒன்பதாம் நாளில் தலையில் ஓங்கிக் குட்டு வைத்தாள்.

“எவ்வளவு பெரிய பித்தளைக் கொடமா இருந்தாலும் இடுப்புல நிக்க வேணாமா? என்ன புள்ள மயிரு பெத்து வச்சிருக்காய்ங்க? ஆறு வழக்கத்துல ஒண்ணு கூட தெரியல!” பரஞ்சோதி அழுதால் கூட அதுவும் மாமியாரால் பெரும் குற்றமாய் பார்க்கப்பட்டது. “எந்நேரமும் பொட்டச்சி ஒப்பாரி வச்சா குடும்பம் நிமிருமா? எங்கயோ கெடந்த தரித்திரியத்தைக் கொண்டாந்து இங்க கட்டிட்டுப் போய்ட்டாய்ங்க!”

இரண்டாவது வாரம்தான் பெருமாளுக்கு பிரத்யேகமாக எந்த வேலையும் கிடையாது என்பதை அறிந்தாள். ஊர், தெருச் சண்டைக்கு முன்நிற்பதில் பரஞ்சோதி வாக்கப்பட்ட வகையறா முன்னால் நின்றது. ஊர்த் திருவிழா மூன்று நாட்கள் நடந்தது. அந்த மூன்று நாளிலும் பெருமாள் நிதானமாகவே இல்லை. வயிறு முட்ட குடித்துவிட்டு பரஞ்சோதியில் மேல் விழுந்து எழுந்தான். பரஞ்சோதிக்கு தீட்டு நாட்களில் மட்டுமே ஏற்பட்ட ரத்தப்போக்கு இப்போதெல்லாம் பெருமாள் வந்து விழுந்தாலே ஏற்பட்டு விடுகிறது.

அன்று அவளைப் பகல் பொழுதிலே புரட்டி எடுத்துவிட்டு சாராயம் குடிக்கப் போனவன் இரவு முழுவதும் காணவில்லை. அதிகாலை கதவைத் தட்டியது ஒரு காவல்துறை அதிகாரி. பெருமாளை விசாரித்து விட்டுச் சென்றார். குடித்துவிட்டு சீட்டாடிய இடத்தில் ஏற்பட்டச் சண்டையில் ஒருவனை இருபது முறை கத்தியால் குத்திக் கொன்றதாக சொல்லப்பட்டது. அன்று மாலையே கைது செய்யப்பட்டு காவலில் வைத்தார்கள். பரஞ்சோதி சென்று பார்த்தாள். வெள்ளைச் சட்டையில் ரத்தக்கறையைப் பார்த்ததும் தலைசுற்றியது.

வீட்டுக்கு வந்ததும் நேற்று வரை திட்டிக்கொண்டிருந்த மாமியார் பரஞ்சோதி மாரில் எட்டி உதைத்து அழுதாள். “எங்க கெடந்த அவுசாரிமுண்டய ஏ புள்ள தலையில கட்டிவச்சு இப்ப ஜெயிலுக்குப் போயிட்டானே!” என கண்மூடித்தனமாகத் தாக்கினாள். அடிவயிற்றில் எட்டி உதைத்ததில் சிறுநீருடன் ரத்தமும் வழிந்தது. மாமனாரின் காலில் விழுந்து காப்பாற்றும்படி கெஞ்சிய பரஞ்சோதிக்கு மீண்டும் தாடையில் மிதி விழுந்தது. “இப்ப புதுப்புருஷன் கேக்குதோ?”

மறுநாள் பரஞ்சோதியின் அம்மாவும் அப்பாவும் வந்திருந்தார்கள். அம்மா பரஞ்சோதியின் தலையைக் கோதியபடி, "மருமகன் வர்ற வரைக்கும் மாமியா சொல்படி நடந்துக்க. உனக்கு அப்புறம் அங்க ரெண்டு பொட்டப்புள்ள இருக்குதுங்க!"

இரவில் வழிமறித்து ஒரு பஸ்ஸில் ஏறினாள். அது எந்த ஊர் என்றெல்லாம் கேட்க திராணி இல்லாமல் ரூபாயை மட்டும் நடத்துனரிடம் நீட்டினாள். பேருந்து தன் இறுதி நிறுத்தத்தில் நின்றபோது பொழுதும் விடிந்திருந்தது. அது எந்த ஊரெல்லாம் என்பது பற்றிய கவலையில் அவள் இல்லை. ஒரு கோயிலில் உட்கார்ந்தாள். அங்குதான் சுப்பையாவைப் பார்த்தாள். அந்த கோயிலில் எல்லா பூஜைகளும் சுப்பையாவின் தலைமையில்தான் நடந்தன. பரம்பரையாக சுப்பையாவின் குடும்பம் அந்தக் கோயிலில் நடக்கும் பூஜை மற்றும் திருவிழாக்களில் முன்னால் நின்றது.

என்னதான் மனக்குறையாக இருந்தாலும் ஒரு பெண் இரவு வரைக்கும் கோயிலிலா இருப்பாள்? என்ற சந்தேகத்தில் சுப்பையா அவளை விசாரித்தார். ஏதோ ஒரு நம்பிக்கையில் தன் வீட்டுக்கு அழைத்துச் சென்று பரஞ்சோதிக்கு ஒரு வெள்ளிக்கிழமை வாக்கில் தாலி கட்டினார். எல்லாம் கனவு போல நடந்து வரும் வாழ்க்கையை அவள் சுதாரிப்பதற்குள் எல்லாம் முடிந்துவிட்டது. சுப்பையா தாலி கட்டிய மறுநாள்தான் கழுத்தில் தாலி இருப்பதைக் கவனித்தாள். பின் கொஞ்சம் கொஞ்சமாக சுப்பையாவுடனான வாழ்க்கையில் இணைந்தாள்.

முன்னாள் கணவனின் தாயார் அடிவயிற்றில் மிதித்ததாலோ என்னவோ பரஞ்சோதிக்கு சுப்பையாவுடன் ஏற்பட்ட தாம்பத்தியத்தில் குழந்தைப் பேறு ஏற்படவில்லை. சுப்பையா ஒரு நல்ல மனிதர் மட்டுமல்ல கோயிலில் வேலை செய்யும் முற்போக்குவாதி. அதுதான் பரஞ்சோதியை அவருடன் இணைய வைத்தது. இன்றுவரை அவளின் பழைய வாழ்வு குறித்து எதுவுமே கேட்டதில்லை.

பரஞ்சோதி அவ்வப்போது ஊரிலிருக்கும் தன் மாமா மகளுக்கு மட்டும் கடிதம் எழுதுவாள். ஊரில் எஞ்சியிருந்த கடைசித் தொடர்பு அதுமட்டும்தான். அதுவும் நாளடைவில் நின்றுபோனது. அவள் தான் இவருக்குத் தகவல் சொல்லியிருக்க வேண்டும்.

பெருமாள் கிளம்ப முற்பட்டார். ஏதோ ஒரு வாஞ்சை பரஞ்சோதி நாக்கில் புகுந்தார் போல, "இருங்க!" என்றாள். பெருமாள் நின்றார்.

“வீட்டுக்கு வந்து சாப்பிட்டு போங்க!” என்ற பரஞ்சோதியின் குரலில் கட்டளை இருந்தது.

“இல்ல, நா போறேன். என்னால உனக்கு ஏன் சிரமம். பதினாலு வருஷ ஜெயில் வாழ்க்கை எனக்கு நிறையக் கத்துக் கொடுத்துடுச்சி. இனிமே நான் இங்க இருக்குறது யாருக்கும் பிரயோஜனம் இல்லேன்னு தான் கிளம்பிட்டேன். அதுக்கு முன்ன உன்ன பாக்கணும்ன்னுதான் வந்தேன். பாத்துட்டேன், பேசிட்டேன்!”

“இனி விதி யார் தலையில என்னென்ன எழுதிருக்குமோ அதான் நடக்கும். வாங்க வீட்டுக்கு!”

“அவர் கேட்டா என்ன சொல்லுவ?”

“தூரத்துச் சொந்தம்ன்னு சொல்லிக்கிறேன்!” பரஞ்சோதி நடக்க அவள் பின்னால் பெருமாள் நடந்து சென்றார்.

பெருமாளின் மார்புக்குச் சற்று மேல்தான் வீட்டில் நிலைப்படி இருந்தது. குனிந்து உள்ளே வந்தார்.

“என்னங்க!” உள்ளே செல்லும்போதே குரல் கொடுத்தாள் பரஞ்சோதி.

“ம், என்னமா?” -சுப்பையா.

பெருமாளை சுப்பையா இருந்த அறைக்கு அழைத்தாள். பெருமாள் பெரிய தயக்கத்துடன் உள்ளே சென்றார்.

சுப்பையா அந்த இரும்புக் கட்டிலில் உடலை மடித்து உட்கார்ந்திருந்தார். பெருமாள் வந்ததும் மரியாதைக்காக எழுந்து உட்கார முயற்சித்தார்.

“இவரு எங்க மாமா வழியில சொந்தம்!” என பரஞ்சோதி பெருமாளை அறிமுகம் செய்து வைத்தாள்.

சுப்பையா கைகளைக் குவித்தபடி அவரை வணங்கி வரவேற்றார். “வாங்க, வாங்க! வீட்ல எல்லாரும் சவுகரியம்தானே?”

எல்லோரும் நலம் என்பது போலத் தலையை ஆட்டினார்.

அந்த வீட்டில் இரண்டு அறைகளும் ஒரு தடுப்பில் சமையற்கட்டும் இருந்தன. சமீபத்தில் வெள்ளை அடிக்காத சுவர்களில் எண்ணெய்க் கறுப்பு படிந்திருந்தது. பெருமாள் சுற்றிப் பார்ப்பதைப் பார்த்த சுப்பையா, “இது பாரம்பரிய சொந்த வீடு” என்றார்.

“உங்களுக்கு சொந்த ஊரு எது?” தலைமாட்டில் இருந்த போர்வையை மடித்து வைத்தவாறு கேட்டார். உட்கார்ந்து கொண்டே போர்வை மடிக்கலாம் என சுப்பையாவைப் பார்த்துதான் பெருமாள் அறிந்து கொண்டார்.

“சிவகங்கை பக்கம், கிராமம்!” என முடிந்தளவு தன் பற்றிய விவரங்களை ரகசியமாகப் பராமரித்துக்கொள்ள முடிவு செய்தார்.

சுப்பையா விடவில்லை, “சிவகங்கை பக்கம் மட்டுமில்ல, எல்லா ஊர் பக்கமும் கிராமம்தான் இருக்கு. அதுல எந்த ஊரு?” பெருமாளை மடக்கியதாக நினைத்து குறும்பாகச் சிரித்தார். அது தெளிவாக பரஞ்சோதிக்குக் கேட்டது. வாழ்ந்தது இரண்டு வாரம் என்றாலும் பெருமாளின் குணநலன்களை அவள் நன்றாகவே அறிந்து வைத்திருந்தாள். அவளுக்குத் தெரியும், இது பழைய பெருமாளாக இருந்திருந்தால் குறும்பு கொப்பளித்த சுப்பையாவின் வாயில் இந்நேரம் ரத்தம் கொப்பளித்திருக்கும் என்று.

“சீவநெல்லிகோட்டை!”

“அப்படி கலார்ன்னு பேசிப்பழகுங்க! சீவல் போடுவீங்களா?” என நீட்டினார் சுப்பையா.

சுப்பையாவால் நடக்கமுடியவில்லையே தவிர நகர முடிந்தது. ‘ப’ வடிவில் கட்டப்பட்ட மூன்று கம்புகளை தரையில் ஊன்றி நடந்தார். அதை அவருடைய அந்தரங்கத் தேவைக்கு மட்டுமே பயன்படுத்தினார்.

“கொஞ்ச உக்காருங்க. கொல்லைக்குப் போய்ட்டு வந்துடுறேன்!” என எழுந்தவரை பெருமாள் கைத்தாங்கலாகப் பிடித்தார். எனவே சுப்பையாவுக்கு அந்த ப கம்பு தேவை ஏற்படவில்லை. சுப்பையாவைத் தூக்கிச் செல்லும் பலம் இன்னும் பெருமாளுக்கு இருந்தது.

பெருமாளின் பிடிமானம் சுப்பையாவுக்கு நம்பிக்கையாக இருந்தது. “உங்களுக்குச் சிரமமில்லேன்னா, என்னய அந்தக் கொல்ல வரைக்கும் கூட்டிட்டுப் போக முடியுமா?” சுப்பையாவின் குரல் மாறியிருந்தது. பெருமாள் கோரிக்கையை ஏற்கும் வண்ணமாக தலைப்பாகையைக் கட்டினார்.

பரஞ்சோதி, “நா கூட்டிட்டு போறேனே?”

“நீ சமையல கவுனிம்மா. உங்க சொந்தக்காரங்க எனக்கும் சொந்தக்காரங்கதானே?” என பெருமாளைப் பார்த்துக் கண்ணடித்தார். பெருமாள் சிரித்தார்.

பெருமாள் சற்று உயரம் குறைத்துக்கொண்டு சுப்பையாவுக்குத் தோள் கொடுத்தார். பெருமாளின் தோள்கள் முறுக்கேறியிருந்ததை சுப்பையா கவனித்தார்.

“வந்த விருந்தாளிகிட்ட வேலை வாங்குறேன்னு ஒண்ணும் கோபமில்லையே?” கொல்லைக்கு நடந்து செல்லும் அறுபது அடி தொலைவில் மூன்று முறை கேட்டுவிட்டார்.

“முடியாமத்தானே கேக்குறீங்க, இதுல நினைக்க என்ன இருக்கு? எனக்கும் கூட இதுமாதிரி நடந்துருக்கு!” என்றவர் சுதாரித்துக்கொண்டு வார்த்தையை உள்ளிழுக்க முயற்சித்தார். அதில் பலனில்லை.

“இறைவா, உங்களுக்கு எப்படி அடிபட்டுச்சு?” என ஆர்வத்துடன் கேட்டார்.

உண்மையில் பெருமாளுக்கு ஏற்பட்ட காயம் சிறையில் இருந்த போது நிகழ்ந்தது. சிறைக்கு வந்த புதிதில் ஒரு கைதியிடம் பேச்சு வார்த்தை முற்றிப்போய் சண்டையில் முடிந்தது. அந்தக் கைதியிடம் சேர்ந்து கொண்ட ஆறு பேர் கொண்ட கும்பல் பெரிய மரப்பலகை கொண்டு கால் எலும்பைத் துண்டித்துவிட்டது. அதை இங்கு அப்படியே சொல்ல முடியாதென்பதால் பெருமாள் சிரித்துக்கொண்டே வேறு விஷயத்தைத் திருப்பி விட்டார்.

“அடிபட்டவங்ககிட்ட இருந்து எதும் உதவி வாங்கலயா?”

அது பலனளித்தது. “எங்க? ஆஸ்பத்திரில சேத்துவுட்டுட்டு அம்போன்னு வுட்டுட்டுப் போய்ட்டானுங்க!” எனச் சொல்லி முடித்தபோது, கழிவறை வந்திருந்தது.

பெருமாள் வெளியே கைகட்டி நின்றிருந்தார். “நீங்க எதுக்கு இங்க நிக்கிறீங்க? நீ போங்க. பரஞ்சோதியை வரச் சொல்லுங்க!” என உள்ளிருந்து குரல் கொடுத்தார். இந்தத் தருணத்தில் எதற்காக பரஞ்சோதியின் உதவி எதற்காக இருக்கும் என நினைக்கும்போது, பெருமாளுக்கு இனம் புரியாத உணர்வு எட்டிப்பார்த்தது. வீடு நோக்கி நடந்தார். பரஞ்சோதி சமையல் செய்து கொண்டிருந்தாள்.

“அவரு உன்ன வரச்சொன்னாரு!” என்ற பெருமாள், பரஞ்சோதியை முழுமையாகப் பார்த்தார். திருமணம் செய்த அந்தப் பரஞ்சோதியின் எந்த அடிப்படைச் சாயலும் இவளிடம் இல்லை எனத் தோன்றியது.

“இந்தா போறேன்!” என்றவளிடம், “நானும் கிளம்புறேன்!” என்றார் பெருமாள்.

“இருந்து சாப்பிட்டு போங்கன்னு சொல்லித்தானே கூட்டிட்டு வந்தேன். இப்ப போறேன்னா என்ன அர்த்தம்?”

“இல்ல, நா போறேன். எனக்கு ஏதோ அசௌகரியமா இருக்கு!”

“இப்ப எனக்கும்தான் அசௌகரியமா இருக்கு. நீங்க இப்படிப் பாதில போனதை அவர் கேட்டா என்ன சொல்றது? சாப்பிட்டு எங்க வேணாலும் போங்க. இனி யாரு என்ன கேக்கப் போறா?” எனச் சொல்லிவிட்டு, கொல்லை நோக்கிச் சென்றாள்.

சுப்பையாவை கைத்தாங்கலாய் பரஞ்சோதி அழைத்து வந்தாள். பெருமாள் வேறு பக்கமாய் முகத்தைத் திருப்பிக்கொண்டதை பரஞ்சோதி கவனித்துவிட்டாள். அவள் கவனிக்க வேண்டும் என்பது போலத்தான் பெருமாளும் விரும்பினார்.

இப்போது சுப்பையா அவரது அறைக்குப் போகாமல் வெளிப்பத்தியில் இருக்கும் தூணில் சாய்ந்துகொண்டு உட்கார்ந்தார்.

“உள்ளுக்குள்ள ஒரே புழுக்கமா இருக்கு!” என பெருமாளைப் பார்த்துச் சொன்னார்.

“என்ன சமைக்கிறம்மா, வீட்டுக்கு விருந்தாளி வேற வந்துருக்காங்க?”

“சாம்பார் வச்சு நாலு கூட்டு வைக்கிறேன்” என்றாள் பரஞ்சோதி.

“ஆமாமா, புரட்டாசி மாசமா போச்சு. இல்லேன்னா கறி எடுக்க உட்ருப்பேன்!” என மீண்டும் பெருமாளைப் பார்த்துச் சிரித்தார்.

வெயில் உச்சிக்கு வந்திருந்தது. சமையற்கட்டு புகை வீட்டையும் சூழ்ந்து கொண்டது. மூவரும் பார்த்துக்கொள்ளும், பேசிக்கொள்ளும் தூரத்தில்தான் இருந்தார்கள். சமையலில் இருந்தாலும் அவளுக்கு பெருமாள் செய்கையில்தான் கவனம் குவிந்திருந்தது. செல்கிறேன் என்ற மனிதரை அழைத்து உட்காரவைத்து தேவையற்ற சங்கடத்திற்கு ஆட்படுத்துகிறோமோ என கவலைப்படத் தொடங்கினாள். இந்தத் தருணத்தைத் துரத்தி எறிய சமையலை விரைவுபடுத்தினாள். அதன் பலனாக இரண்டு எவர்சில்வர் பாத்திரங்கள் உருண்டு கீழே விழுந்தன.

“என்னமா இன்னிக்கு பாத்திரம் உருளுது? உடம்பு எதுவும் சரியில்லையா? இல்ல சொந்தக்காரங்களைப் பாத்ததும் சந்தோசத்துல

கைகால் ஓடலையா?" சுப்பையா உட்கார்ந்தவாறே வேட்டியைக் கட்டிக்கொண்டே பேசினார். அதில் சிரிப்பும் கலந்திருந்தது.

பரஞ்சோதி பதில் சொல்லவில்லை. அமைதியாக இருந்தால் அது சூழலை இன்னும் அசாதாரணமாக்கும் என்பதால் சுப்பையாவை கிண்டலாகப் பார்த்துச் சிரிப்பது போல் பாவனை புரிந்தாள்.

பெருமாள் இன்று மூன்று முறை தலைப்பாகை அவிழ்த்து கட்டிவிட்டார். இதற்கு மேல் என்ன செய்வது என புரியாமல் உட்கார்ந்திருக்கும் போதுதான் சுப்பையா சொன்னார், "அண்ணே, தாயம் விளையாடுவீங்களா?"

இருவருக்கும் தூக்கிவாரிப் போட்டது. இவ்வளவு நேரம் வாங்க, போங்க என்றதுடன் முடித்துக்கொண்டவர் ஏன் இப்போது அண்ணன் என முறை வைத்து அழைக்கிறார் என்ற குழப்பம். பெருமாளின் முகத்தைப் பார்த்து வேறு ஏதோ ஒருவிதமாகப் புரிந்துகொண்ட சுப்பையா அவராகவே முந்திக்கொண்டு எளிய விளக்கம் ஒன்று சொன்னார், "அது என்னவோ தெரியல. உங்கள பாத்தா அண்ணான்னு கூப்பிடத் தோணுது!" உண்மையில் பெருமாளை விட சுப்பையாவிற்கே வயது அதிகமாய் இருக்க வாய்ப்புள்ளது.

நீண்ட நெடிய அமைதி நிலவியது. பெருமாள் ஏதோ நினைத்துக் கொண்டு தலையாட்ட பரஞ்சோதி மரப்பலகையில் செய்த தாயக்கட்டையை இருவருக்கும் நடுவில் வைத்தாள். உடைந்த சிகப்பு, பச்சைக் கண்ணாடி வளையல் துண்டுகள் தலா ஆறாகப் பிரிக்கப்பட்டு சுப்பையாவுக்கு சிவப்பும், பெருமாளுக்கு பச்சையும் ஒதுக்கப்பட்டன. பெருமாளுக்கு சிறையில் இருந்த பெரிய பொழுதுபோக்கு இதுதான். சுப்பையா மிகுந்த உற்சாகமாக தாயக்கட்டையை உருட்டத் தொடங்கினார்.

"என்னங்க!" என பரஞ்சோதி அழைக்கும் போது இருவருமே தற்செயலாகத் திரும்பிப் பார்த்தார்கள். சுப்பையா மட்டும், "என்னமா?" என்றார்.

"தாளிக்க எண்ண இல்ல. வாங்கிட்டு வந்துடுறேன்!"

"ரொம்ப தூரமா போகாம பக்கத்துல எங்கேயாவது வாங்கிட்டு வா. இப்பவே நேரமாச்சு!" என்றபோது சுப்பையாவுக்கு தாயம் வீழ்ந்திருந்தது. ஆட்டத்தில் உற்சாகமானதால் பரஞ்சோதி வெளியே சென்றதைக் கூட கவனிக்கவில்லை.

பரஞ்சோதி வெளியில் வரும்போதுதான் அடுத்த தெருவில் இருக்கும் வடிவு அவளை வழிமறித்தாள்.

“என்னடி பாத்தும் பாக்காத மாதிரி போற? மூஞ்சி வேற கொடுகொடுன்னு இருக்கு. ஒடம்பு சரியில்லையா?” என நெற்றியைத் தொட்டவாறு கேட்டாள் வடிவு.

“அதெல்லாம் இல்ல. அடுப்புல சட்டி வச்சிருக்கேன். எண்ண இல்ல. அதான்!”

“அதுசரி, சட்டிய அடுப்பில வச்சிட்டுத்தான் ஓடுவியாக்கும். அது சரி... அண்ணே நல்லாருக்காரா?” என்றதும் பரஞ்சோதி குழம்பி பின் தெளிவடைந்தாள்.

“ஏண்டி ஓ மூஞ்சி ஒருமாதிரி போக்குல போகுது?”

“அதலாம் ஒண்ணுல்ல! நல்லாருக்காரு வடிவு, சரி சாயங்காலம் வீட்டுக்கு வர்றேன்!” என்றவாறு சென்ற பரஞ்சோதியை வித்தியாசமாகப் பார்த்தாள்.

இனி யாரிடமும் தான் வித்தியாசப்படக்கூடாது என்றவாறு எண்ணெய் வாங்கிவிட்டு வீட்டுக்கு நடந்தாள். யோசனைகள் பலவாறு மிதந்தன.

தன்னை அப்படியே ஏற்றுக்கொண்ட சுப்பையாவை நினைத்துப் பார்த்தாள். எந்த எதிர்பார்ப்பும் இன்றி இன்றுவரை எந்த வகையான குறைபாடுமின்றித் தன்னை நடத்துபவர். என்னதான் முன்னாள் கணவனாக இருந்தாலும் அது முடிந்துபோன உறவு. அதைத் தெருவோடு பேசி அனுப்பி வைக்காமல் நடுவீட்டில் தாயம் விளையாட வைப்பது சுப்பையாவுக்கு இழைக்கும் துரோகம் என நினைத்தாள்.

வீட்டை அடைந்தாள். தாயக்கட்டைகள் இடிபட்டு ஒலிக்கும் சப்தம் கேட்டது. சுப்பையா ஒவ்வொரு உருட்டுக்கும் ஒரு விரல் பிடி மூக்குப்பொடியை பெருமூளை வரை இழுத்தார். கூடவே பெருமாளுக்கும் தன் மூக்குப்பொடியை விநியோகம் செய்தார். அவருக்கு மூக்கில் ஏறி இருமல் வெடித்தது. அது ஆடும் ஆட்டத்திற்கு இடைஞ்சலாக இருந்ததால் ஆட்டம் சிறிது நேரம் நிறுத்தப்பட்டு மீண்டும் தொடங்கியது.

“அண்ணனுக்குத் தண்ணி குடு. பாவம் மூக்குப்பொடி ஒத்துக்கல போல!” என பரஞ்சோதியைப் பார்த்துச் சொன்னார். ஒரு பித்தளைச் செம்பில் தண்ணீரை வைத்துவிட்டு பெருமாளை ஆழமாகப் பார்த்தாள்.

“சாப்பாடு ஆச்சு. வாங்க சாப்பிடலாம்!” என்றாள் பரஞ்சோதி.

“இரும்மா, இப்பதான் ஆட்டம் சூடு புடிச்சிருக்கு. ஒரு பத்து நிமிஷம் இரு. யார் ஜெயிக்கிறான்னு பாத்துருவோம்!” சுப்பையா முகத்தில் ஆர்வம் ஆட்கொண்டிருந்தது. பெருமாள் எந்த உணர்வும் காட்டாமல் இருந்தார்.

பரஞ்சோதி, “சாப்பிட்டு வந்து விளையாடலாமே. சோறு ஆறப்போகுது!”

“அண்ணே, உங்களுக்குப் பசிக்கிதா? பசிக்கிறதா இருந்தா சொல்லுங்க ஆட்டத்தை நிறுத்திட்டுச் சாப்பிடப் போவோம்!” என பெருமாளிடம் கேட்டார்.

“இல்ல, முடிச்சிட்டே சாப்பிடுவோம்!”

சாப்பாட்டை எடுத்து வைத்துக் கொண்டிருந்தாள். அவர்கள் இருவரும் விவாதித்துக் கொண்டே தாயக்கட்டையை உருட்டினார்கள். ஆட்ட மும்முரத்தில் பெருமாளுக்கும் மூக்குப்பொடி பழகிப்போயிருந்தது.

“அந்த ஆறு இந்தக் கையில!” கட்டைகளைக் கையில் நன்கு தேய்த்து உருட்டினார் சுப்பையா. கேட்டதை விட இரண்டு குறைவாக விழுந்த ஏமாற்றம் முகத்தில் தெரிந்தது.

பரஞ்சோதிக்கு இந்த ஆட்டம் தன் வாழ்க்கையை மாற்றிவிடுமோ என கொஞ்சம் குழப்பம் கொண்டாள். கவனிக்கும்போது ஆட்டம் பெருமாள் கையில் இருப்பது போலத் தெரிந்தது. அது ஒரு விளையாட்டுப் போல அவளுக்குத் தெரியவில்லை. தன் வாழ்க்கையைப் பணயம் வைத்தது போல இருந்தது. யாருடைய வெற்றியையும் காணப்பிடிக்காமல் வெளியே வந்து நின்று கொண்டாள்.

வெளியே நின்றாலும் கட்டைகளை உருட்டும் சத்தம் அவளைத் தொந்தரவு செய்தது. வெளியே வேடிக்கை பார்த்து தன் தீவிரத்தைக் குறைத்துக்கொள்ள விரும்பினாள். ஒரு தாய் தன் குழந்தைகளோடு வந்து கொண்டிருந்தாள். அந்த இரண்டு குழந்தைகளுமே ஏதோ ஒன்றுக்கு அடம்பிடிப்பது போலத் தெரிந்தது. அந்தத் தாய் கூடையில் இருந்த வெள்ளரி ஒன்றை இரண்டாக உடைத்து தன் இரண்டு குழந்தைகளுக்கும் கொடுத்தாள். குழந்தைகள் தற்காலிகமாக சமாதானமானது போல் தெரிந்தது.

வாழ்க்கையும் வெள்ளரி போல இலகுவாய் இருந்திருக்கக் கூடாதா? என நினைக்கும் போது வீட்டுக்குள் இருந்து சுப்பையாவின் குரல்

கேட்டது. "ஆட்டம் முடிஞ்சிருச்சும்மா, வந்து சாப்பாடு பரிமாறு!"

தாயத்தில் யார் ஜெயித்தது எனும் செய்தி தன் காதில் விழக்கூடாது என அனுதினமும் தொழும் கருமாரியம்மனை வேண்டிக் கொண்டாள்!

★★★

கா.ரபீக் ராஜா

காரைக்குடியில் 1986ஆம் ஆண்டு பிறந்தவர். சிவகங்கை மாவட்டம் காரைக்குடியைச் சேர்ந்தவர். காரைக்குடி அழகப்பா அரசு கலைக்கல்லூரியில் தனது இளங்கலை வணிகப்பொருளாதாரம் படிப்பை முடித்தார். இவரது எழுத்துகள் சொல்வனம், கீற்று, திண்ணை, வாசகசாலை, அந்திமழை, தி இந்து, நோசன்பிரஸ் போன்ற மின்னிதழ்களில் கட்டுரைகளாகவும் கதைகளாகவும் வெளியாகி நல்ல கவனத்தையும் பாராட்டுகளையும் பெற்றுள்ளன. தற்கால இலக்கியச் சூழலில் இயங்கி வருகிறார். காரைக்குடியில் நண்பர்களுடன் இணைந்து சம்பை ஊற்று வாசகர் வட்டம் நடத்தி வருகிறார். வளர்ந்து வரும் எழுத்தாளர். இன்றைய காலகட்டத்தில் நகைச்சுவையாக எழுதுபவர்கள் அரிதாகி வரும் சூழலில் கா.ரபீக் ராஜா அதனைத் தம் எழுத்தில் சிறப்பாகக் கையாண்டு வருகிறார். தனியார் நிறுவனமொன்றில் பணியாற்றிவரும் இவர், திருமணமாகி குடும்பத்துடன் காரைக்குடியில் வசித்து வருகிறார். இரண்டு சிறுகதை தொகுப்புகள் மற்றும் ஒரு கட்டுரைத் தொகுப்பு வெளியாகியுள்ளன.

பிறழ்வு

ரமேஷ் கல்யாண்

அந்தக் கண்களில் சாம்பல், வளையம் பூத்திருந்தது. அள்ளியதைப் போன்ற குழிந்த கண்களில் மங்கிய சுடரென அர்த்தங்களை உதிர்த்து விட்ட கண்கள். மனிதனின் கண்கள் வெறும் உறுப்பாக மிஞ்சுவது, பார்வை என்பதன் கூர்மையை இழப்பதென்பது, மனதின் தறி இழைகள் அறுபட்ட பிறகுதான். இன்னும் இறவாத கண்கள் என்பதாக, வெறுமனே மிதந்தன அவை.

அவன் இமைத்தானா இல்லையா என்பதை இப்போது நினைவுக்குக் கொண்டுவர நண்பர் 'ஜேடி'யால் முடியவில்லை. அப்படித்தான் அவர் என்னிடம் சொன்னார். போக்குவரத்து மெலிந்த சாலையின் ஓரமாக மெதுவாக நடந்துகொண்டே இருவரும் பேசிக்கொண்டு வந்தோம். சமயத்தில் இடையிடையே அப்படியே நின்றுவிடுவோம்.

சமீபத்தில் - அதாவது சுமார் ஒரு மாதம் முன்பு - ஏற்பட்ட வித்தியாசமான ஒரு 'தன்னனுபவ'த்தை என்னிடம் சொல்லிக்கொண்டிருந்தார் ஜேடி. அதாவது என் மூத்த நண்பர் ஜெயராமன் தெய்வசிகாமணி - நண்பர் என்றால் இலக்கிய நட்புநிலை என்ற அளவில்தான். ஏனென்றால் என்னைவிட சுமார் இருபது வயது மூத்தவர்.

பெரும்பாலும் ஆகாய வெளியைப் பார்த்தபடி பேசிக்கொண்டுதான் வந்தார். தான் விவரிக்கும் அவனுடைய அந்தக் கண்களை

வான்வெளியில் பார்த்துக்கொண்டிருப்பது போலத்தான் என்னிடம் பேசிக்கொண்டிருந்தார்.

தொலைவில் இருந்து அவன் நம்மைப் பார்ப்பதற்கும், அருகில் நின்று நம்மைப் பார்ப்பதற்கும் வித்தியாசம் இருக்காது. ஆனால் நிலைகுத்திய பார்வையும் இல்லை. நாம் அருகில் இருக்கும்போதே நம்மை தொலைவில் வைத்துப் பார்ப்பது போன்றதொரு பார்வை. இது பொதுவாக சாதாரண மனிதனுக்கு சாத்தியமில்லைதான். வெறித்த பார்வை என்றும் அதைச் சொல்லிவிட முடியாது. ஏனென்றால் 'அங்கே எதுவுமில்லை' என்கின்ற அர்த்தமாவது அதில் இருக்கும். ஆனால் இவன் பார்வை அப்படியும் இல்லை. அதனால் எப்படி என்றும் சொல்லிவிடமுடியாத ஒன்றாக அது இருந்தது என்று என்னிடம் விவரிக்க முயன்றார்.

நான் அதை ஒருவிதமாகப் புரிந்துகொண்டேன் என்றுதான் சொல்லவேண்டும். ஆனால் அதை உங்களிடம் இப்போது கடத்தி இருக்கிறேனா என்று உறுதியாகச் சொல்ல முடியவில்லை. நான் ஏதோ சொல்லிக்கொண்டே போகிறேன். சொல்ல மறந்துவிட்டேனா! மன்னிக்கவும். நண்பர் ஜேடி, மனநிலை பிறழ்ந்த ஒருவனோடு தனக்கு ஏற்பட்ட ஒரு சம்பவத்தைத்தான் என்னிடம் சொல்லிக்கொண்டிருந்தார்.

ஒரு மனிதனை சாதாரண மனிதன் என்று எதை வைத்து நிர்ணயிப்பது? அப்படி நிர்ணயிப்பது யார்? அப்படி நிர்ணயிப்பவன் முதலில் சாதாரணனா? இது அடிப்படை ஆதாரமான எளிய கேள்விதான் என்றாலும், சற்று வறட்சியான உரையாடலாகத் தோன்றக்கூடும் என்பதால் அவர் நிறுத்திக்கொண்டார். அதனால் நானும்.

'ஜேடி' பேசியது, அப்போதிருந்த உணர்வை தனித்தனி இழையாக பிரித்து என்னிடம் விளக்கிவிட வேண்டும் என்ற ஆவலா அல்லது சம்பவித்த அந்த நிமிடங்களை இங்கு மீண்டு நிகழ்த்திக்காட்டிவிடும் ஆவலா என்று என்னால் சொல்ல முடியவில்லை.

ஆனால், என்னிடம் தனது அனுபவத்தைக் கொட்டிக் கவிழ்த்து விடவேண்டும் என்ற ஆவல் இருப்பதை அறிந்துகொண்டேன். அதனால் இடையிடையே அவரிடம் உறைந்துவிடும் மௌனம், அல்லது சப்தமில்லாத புன்னகை இவை எல்லாவற்றையும் அவரது உரையாடலின் பகுதியாகவே நான் பாவித்துக்கொண்டு அவரைக் கேட்டுக்கொண்டிருந்தேன்.

முக்கியமாக உரையாடலின் பெரும்பகுதியும் காட்சியை, அனுபவத்தை விவரிக்கும் வியப்பு இருந்ததே தவிர, எண்ணங்களையோ, முடிவுகளையோ சொல்லி நிறுவும் முனைப்பு அவரிடம் இல்லை. பின்னால் அதை நினைத்துப் பார்த்தபோதுதான் எனக்கே அது உறைத்தது.

உங்களுக்கு டீயா காப்பியா என்று கேட்டேன். “டீ... சக்கரை கம்மியா” என்றார். சாலையோரக் கடையில் சொல்லிவிட்டுத் தொடர்ந்து பேசிக்கொண்டிருந்தோம். பிறகு ஓரமாக கடைக்குப் பக்கமாக பின் ஒதுங்கி இருந்த மர பெஞ்சில் உட்கார்ந்தோம்.

“ஒண்ணு சொல்லட்டா? உங்களைத் தவிர வேறு யார் கிட்ட இதைத் சொன்னாலும் என்னையும் அவன் லிஸ்ட்ல சேத்துடுவாங்க” என்று சொல்லிவிட்டு வெடித்துச் சிரித்தார். விடாமல் சிரித்தார். சிரித்துச் சிரித்து அவருக்குக் கண்களில் நீர் தளும்பியது. காரணம் புரியாமல் நான் அவரது சிரிப்புக்கு உடன்போக்காகச் சிரிக்க முயன்றேன்.

பிறகு சுதாரித்துக்கொண்டு “நாம பைத்தியமா?” என்று கேட்டார் கையில் தேநீரை வைத்துக்கொண்டே.

“பெக்கட் சொன்னாரோ?” என்றேன் தயக்கமாக.

அதெல்லாம் வேணாம். நான் உங்களைக் கேட்கிறேன் என்றார். ஆனால் பதிலுக்கெல்லாம் அவர் எதிர்பார்க்கவில்லை. மெதுவாக தேநீரைச் சுவைத்தபடியே, முழுதாக அருந்திவிடாமல் முன்வாயில் வைத்தபடியே எங்கோ பார்த்துக்கொண்டிருந்தார். சுமார் இரண்டு மூன்று நிமிடம் ஏதும் உரையாடல் இல்லை. பிறகு இந்த உலகத்துக்குள் திரும்பியவர் போல என்னைப் பார்த்தார்.

டீயைச் சற்று உறிஞ்சியபின், நான் புன்னகைக்க முயன்று சட்டென அதை மறைத்துக்கொண்டேன். ஆனால் என்னால் முடியவில்லை என்பதை அப்போதே உணர்ந்தேன்.

ஏனென்றால் சிரித்தபடியே ஜேடி கேட்டார் “என்ன சிரிக்கறீங்க? என்னடா இந்த ஆளு எங்கேயோ ஐக்கியமாயிடறான். இவனை நம்பி எப்படிக் காப்பித்தூள் கடையை விட்டிருக்காங்கன்னு நினைச்சீங்களா?” என்றார்.

‘இல்லை’ என்று நான் அவரிடம் மறுத்தாலும் அந்தக் கேள்வி நியாயமானதுதான் என்று தோன்றியது. “ இத்தனை வயசு இப்படியே ஓடிருச்சி... இனியும் ஓடும்.”

நான் என்னிஷ்டப்படியாக இருக்க, சிந்திக்க, அதைப் பகிர்ந்து கொள்ளும் உரிமையை மிகச் சிலரிடமே எடுத்துக் கொள்கிறேன். பிறரிடம் இருக்கும் நான் உங்களோடு இப்போதிருக்கும் நான் அல்ல என்பதை சரளமான எளிமையான ஆங்கிலத்தில் சொன்னார்.

“ஒண்ணு சொல்லட்டா. நாம இடம் மாறி வரும்போது பயணம் பண்ணும்போது நம்ம எண்ணமும் மன அமைப்பும் மாறிடணும். அதே ஆளா இருக்கறதுக்கு நாம ஏன் இன்னொரு இடத்துக்குப் போகணும்? இன்னொருத்தரைப் பாக்கணும்?”

காப்பித்தூள் கடை ‘ஜேடி’யாவே இருக்க அவன் ஏன் இங்க உங்க ஊருக்கு வரணும்? நீங்க ஏன் அவனை இங்க வேலை மெனக்கெட்டு வந்து சந்திக்கணும். அதுவும் இந்த ரோடு ஓரத்து டீக்கடையில்?

உண்மைதான். ஜேடி என்னைவிட வயதில் மிகவும் மூத்தவர் என்றாலும் அவர் எங்கள் எல்லோருக்கும் ஜேடிதான்.

ஜேடியிடம் பேச ஆரம்பித்தால் முதலில் எதுவும் பேசமாட்டார். நாம் பேசிக்கொண்டே இருக்கும்போது, ஏதோ ஒரு கணத்தில் நம் பேச்சை இடைவெட்டி சட்டென்று ஒரு வார்த்தை சொல்வார். பிறகு அது ஏதோ ஒரு குகை வாயிலை மூடிய பாறையைத் திறந்துவிட்டது போல அனாயாசமாக நுழைந்து பேசிக்கொண்டே போவார். அவை ஏதோ சன்னதம் வந்தவர் பேசியது போன்றும், செறிவுடனும் இருக்கும்.

ஆனால் எல்லோரிடமும் இப்படி உரையாட மாட்டார். வழக்கமான சினிமா, வியாபாரம், போக்குவரத்து நெரிசல், விலைவாசி, அரசியல் ஜோக்குகள் என்றுதான் பேசுவார். சிறு நகரில் குடும்ப வியாபாரம் என்பதால் எல்லோரும் அவருக்குப் பரிச்சயம். அவரை ‘அண்ணாரு’ என்றுதான் குறிப்பிடுவார்கள். அவரோடு இலக்கியப் பரிச்சயம் உள்ளவர்கள்தான் ஜேடி என்பார்கள்.

அது ஒரு சிறு நகரம். கடை வீதியின் பிரதான சாலையில் எப்போதும் பேருந்துகளும் லாரிகளும் விரைந்துகொண்டே இருக்கும். சைக்கிளை ஓரமாக நிறுத்தி இருந்தால், பதினைந்து நிமிடத்தில் ஒரு நூல் புழுதிப்படலம் ஏறிவிடும். காப்பித்தூள்... கடை. அதனோடு வெள்ளைத் தாள்கள், நோட்டு புத்தகங்களும் பேனா பென்சில்களும் விற்பனை செய்யும் கடை அது. காப்பித்தூள்... நோட்டுப்புத்தகங்கள்... சற்றும் பொருத்தமற்ற வியாபாரப் பொருட்கள்.

தார்ச்சாலையின் விளிம்பில் உள்ள கடை அது. மூன்று படிகள்

இறங்கினால் சாலையின் புழுதி மண்தான். மண் கூட இல்லை. புழுதிகளாக ஒதுங்கிய சன்ன மணல். மைதா மாவின் மேல் கால் வைப்பது போலிருக்கும். எப்போதாவது ஊருக்குப் போனால் நாள் முழுதும் அவர் கடையில் பேசிக்கொண்டே பொழுது கழியும். சில சமயம் கல்லாவில் என்னை உட்காரச்சொல்லிவிட்டு எதிரில் உட்கார்ந்துகொள்வார்.

காலை வேளைகளில் பள்ளிக்குச் செல்லும் மாணவர்கள் பென்சில் பேனா அழிப்பான் ரப்பர், நோட்டுபுத்தகங்கள், வெள்ளைத் தாள்கள், சார்ட் தாள்கள் வாங்க கடையில் குழுமி இருப்பார்கள். வியர்வை பிசுபிசுக்கும் உள்ளங்கையில் பணத்தாள்களை நாணயங்களை இறுக்கிப் பிடித்தபடி இருப்பார்கள். பத்து மணிக்கு மேல் அலுவலக ரீதியிலான பொருட்களை வாங்க பலர் வருவார்கள். கொயர் கணக்கில் வெள்ளைத் தாள்கள், பேரேடு நோட்டுகள், சில்லறை வணிக கணக்கு எழுதும் நோட்டுகள், அட்டைக் கோப்புகள், தாள்களைத் துளையிடும் பஞ்ச் மிஷின், பசை பாக்கெட்டுகள். ரப்பர் பேண்டுகள். இரவில் மின்சாரம் ஒளிந்துகொண்டால், அடுத்த ஒரு மணி நேரத்தில் நிறைய மெழுகு வர்த்திகள் விற்பனை ஆகும். ஒரு நாள் மெல்ல மெல்ல வளரும்போது கடையில் வாங்கப்படும் சில்லறை வணிகப் பொருட்களின் வகைகளும் மெதுவாக மாறுவது பொதுப்பார்வைக்குப் பிடிபடாத அம்சம்.

ஒரே மாதிரியாக இயந்திரத்தனமாக, கேட்பவர்களுக்கு எடுத்துக் கொடுக்கும் வேலை அயர்ச்சியானதும் வெறுப்பூட்டுவதும் அல்லவா என்று கேட்கும்போது, "வருகின்ற மனிதர்கள் வெவ்வேறுதானே" என்று சிரிப்பார். மேஜை மேல் பெரும்பாலும் ஏதாவது ஒரு விரிக்கப்பட்ட புத்தகம் குப்புறப்படுத்தபடி இருக்கும். "யாரது?" என்று கேட்டால் தமிழ், ரஷ்ய, பிரெஞ்ச், ஜெர்மன் இலக்கிய எழுத்தாளர் பெயர் ஏதாவது ஒன்று தட்டுப்படும்.

நான்கு சகோதரர்களில் மூத்தவர் இவர். மற்றவர்களுக்கு ஆளுக்கு ஒரு கடை. அவருடைய அப்பா, காலை ஒரு முறை ஒவ்வொரு கடைக்கும் சென்று பெருமாள் படத்துக்குப் பூ வைத்துவிட்டு, ஏதாவது விசாரித்துவிட்டு வீட்டுக்குப் போய்விடுவார்.

ஏதாவது பொஸ்தகத்த பாத்துக்கிட்டே வியாபாரத்த கோட்டை விட்டுடாத... என்று அந்தப் புத்தகங்களை ஒரு வேண்டாத விருந்தாளியைப் போல பார்த்துக்கொண்டே போவார்.

ஜேடி-யின் உரையாடல் வித்தியாசமான தளங்களில்தான் இருக்கும். நின்று கொண்டேதான் பேசுவோம். உதாரணத்துக்கு – “இசையை எண்களின் மதிப்புகளில் வைத்துப் பார்க்க முடியுமா? மனிதனின் உச்சபட்ச அச்சம் மரணம். அதன் நிழலை மிதித்துத் திரும்பியவனுக்கு வாழ்க்கை வேறு அர்த்தங்களைத் தர ஆரம்பிக்கும் என்பார். சற்று யோசனையாக அவரைப் பார்த்தால்... ம். பின்னே? தாஸ்தாவெஸ்கி என்று ஒற்றை வார்த்தையைப் போடுவார். ரஸ்ஸல் கணிதமும் தத்துவமும் படித்தவன். நம்ம மௌனி கூட கணிதப்புலி. தத்துவ விசாரமும் கொண்டவர். கணிதம் லாஜிக் செறிவு கொண்டது என்பதால் இயல்பாகவே தத்துவம் வசீகரிக்கும். தவறாமல் கோயிலுக்குச் செல்லும் மௌனி கையெடுத்துக் கும்பிட்டதில்லை அல்லவா? என்பார். அது தகவலா, கேள்வியா, அபிப்ராயமா என்று நாம் குழம்புவதற்குள் “சார் கால் கிலோ காப்பித்தூள். சிக்கரி வேணாம்” என்று ஒரு வாடிக்கையாளர் குரல் வந்து கலைக்கும். உடனே வியாபாரத் தண்டவாளத்தில் ஏறிக்கொண்டுவிடுவார்.

சமயத்தில் “எடுத்துட்டுப் போய் படிங்க” என்று எதையாவது கையில் கொடுத்துவிடுவார். கூட்டமற்ற பொழுதுகளில் வெறுமனே நின்றபடி சாலையில் நடக்கும் மனிதர்களைப் பார்த்தபடி இருப்பார்.

ஜேடியை அறிந்தவர்களுக்குத் தெரியும். அவர் சம்பந்தமில்லாமல் பேசுவது போல ஏதேதோ சொல்லிக்கொண்டே போய் சிறிது நேரம் கழித்து மிகவும் செறிவும் கனமும் கொண்ட விஷயத்தில் கொண்டுவந்து நிறுத்துவார். அல்லது அவரே நின்றுபோவார். இப்படி எப்போதாவது சில சமயம்தான் நிகழும்.

ஜேடி தனது கடையில் நின்றுகொண்டு வியாபாரம் செய்யும்போது மனநிலை பிறழ்ந்த அந்த மனிதன் அடிக்கடி நோக்கங்களின்றி சாலையைக் கடந்து போவதை பல நாட்களாகவே கவனித்திருக்கிறார். எப்போதும் வேகநடைதான். ஏதோ முக்கிய நோக்கம் ஒன்றை நிறைவேற்றப் போகும் ஒருவனுடைய வேகம் போல இருக்கும். அவனைப் பற்றித்தான் சொல்லிக்கொண்டிருந்தார்.

அவன் மனநிலை பிறழ்ந்த நடுத்தர வயது மனிதன். அவனை சாவி பைத்தியம் என்பார்கள். கிழிந்த அழுக்கேறிய சட்டை. நிறம் மாறி கறுப்பாக மாறிவிட்டிருந்த பிசுக்கேறிய கைலி. இடுப்பில் சில துணிகளைக் கட்டி இருப்பான். உடலெங்கும் பழைய சாவிகளைக் கயிறு ஒன்றில் கோத்து மாலை போல அணிந்திருப்பான். கழுத்தில்

பிளாஸ்டிக் கயிறு ஒன்றில் சாவி ஒன்றை மாட்டி இருப்பான். சாவிகள், இரும்பு வளையங்கள், பேனா மூடிகள், பேனாக்கள் என்று இடுப்பைச் சுற்றி பெல்ட்போல அணியும் கயிற்றில் விதவிதமான கறுத்த சாவிகள் தொங்கும். தெருவில் குப்பையில் விதவிதமாகப் பொறுக்கி வைத்திருப்பான். அவற்றின் எண்ணிக்கையை யூகித்தால், அவனுக்கும் இது பல வருட பைத்தியப் பழக்கம் என்பது நிச்சயம்.

கைகளில் நிறைய கயிறுகளைக் கட்டி ஒரு பக்கக் காலில் கடம்பு போல உலோக வளையம் அணிந்து அதிலும் ஒரு சிறிய சாவியை இணைத்திருந்தான்.

யாரிடமும் பேசுவதே இல்லை. எங்கும் பிச்சை எடுப்பதில்லை. தொட்டியில் வீசப்பட்ட சாப்பாடு இலைகளில் இருந்து வழித்து எடுத்துக்கொள்வான். உடன் போட்டிக்கு வரும் நாய்களிடம் ஒருபோதும் சண்டையிட்டுக்கொண்டதில்லை.

ஜே.டி-க்கு அடிக்கடி அவனுடைய அந்தக் கண்களைப் பார்ப்பது என்பது பழகிப்போனது மட்டுமல்ல, சில சமயங்களில் ஒரு விளையாட்டும் கூட. எதிரெதிர் நின்றபடியே விழிகளோடு மோதும்படி அவனைப் பார்த்துக்கொண்டே இருப்பார். சமயத்தில் கவனம் தவறும் அல்லது சிரித்துவிடுவார். ஆனால் அவன் தைக்கும் விழிகளோடு பார்த்துக்கொண்டே இருப்பான். இன்னும் நரைக்காத தாடிப்புதருக்குள் உதடுகள் இறுக்கிக்கிடக்கும்.

ஜேடி என்னிடம் சொன்னதைத்தான் உங்களுக்குச் சொல்கிறேன். ஆனால் அந்தக் கணங்களை, அப்போது தோன்றியவற்றை, அந்த நிமிடங்களின் கூறுகளை, எண்ண வடிவங்களை, எல்லாவற்றுக்கும் மேலாக எனக்குள் நுழைந்த ஒளி வாலின் பாய்ச்சலை, முறைப்படுத்திச் சொல்லிவிட முடியுமா என்று தோன்றவில்லை. கோர்வையாகச் சொல்கிறேனா என்று கூட தெரியவில்லை.

‘சார் டீ’ என்று குரல் எங்களைக் கலைத்தது. மற்றொரு டீ க்கு எப்போது சொன்னோம் என்பது நினைவில்லை எங்களுக்கு. அவர் அனிச்சையாகக் கையில் வாங்கிக்கொண்டு தொடர்ந்தார். அவர் எனக்கு மட்டும் தலை நீட்டியபடி தனக்குள் மூழ்கி இருந்தார். பிறகு தொடர்ந்தார்.

“எப்பவும் அவன் தன்னிஷ்டமா போவான் வருவான். ஆனா ஒருநாள் காலம்பற பத்து மணி இருக்கும். நேரா என்கிட்டே வந்து

கைநீட்டினான். பொதுவா பிச்சைக்காரர்களுக்குத் தர்றது போல ரெண்டு ரூபா காயின் கொடுத்தேன். சட்டெனத் திரும்பி நேரா நடந்துபோயிட்டே இருந்தான்" என்றார்.

அவன் இதுவரை யாரிடமும் எதற்கும் பிச்சை எடுத்தது இல்லை என்பதும், சாப்பிடக்கூட எச்சில் தொட்டிகளிடம் மட்டுமே செல்பவன் என்பதும் நினைவுக்கு வந்தது அவருக்கு. ஆனால் இறுக்கமான கடை வேலைகளில் மூழ்கியவருக்கு அப்படியொன்றும் இதெல்லாம் முக்கியம் பெறவில்லை. தொடர்ந்து ஜேடி சொன்னார்.

மறுநாளும் தொலைவில் இருந்து அவன் வருவதை அவர் கவனித்தபோது, நேற்றைய நிகழ்வு நினைவுக்கு வந்தது. விட்ட இடத்தில் இருந்து எண்ணம் கிளைத்துக்கொண்டதை ஜேடி விவரித்தார்.

"சொல்லி அனுப்பிச்சது போல நேராக வந்து என்கிட்டே கைநீட்டினான்."

"என்ன வேணும்?"னு கேட்டேன்.

அவன் பதிலே சொல்லலை.

"என்ன வேணும்?"னு மறுபடி கேட்டேன்.

என்னோட முகத்தை ஊடுருவிப் பார்க்கறது போல பார்த்துக்கிட்டு, கைநீட்டியபடியே இருந்தான்.

"சொன்னாதான் தருவேன். என்ன வேணும்?"னு கேட்டேன்.

ஆனா அவன்கிட்ட மாற்றமில்லை. கையை அப்படியே நீட்டிட்டு இருந்தான்.

அதற்குள் கடைக்கு வாடிக்கையாளர் வரவே, அவனை அனுப்பிவிட, ஒரு சாக்லெட்டை எடுத்துக் கொடுத்தேன் வாங்கிக்கொண்டு நேராக நடந்து போய்விட்டான். "வந்தவர்... அண்ணே... அவன் ஒரு சாவி பைத்தியம். அவன்கிட்ட என்ன பேச்சு. சரி ஒரு கோடு போட்ட நோட்டு குடுங்க"னு கேட்டார். ஆனால் என் மனசு அவனைத் தொடர்ந்துகிட்டே இருந்தது.

ஏனோ மறுநாளும் அவன் வருவான் அப்படீன்னு என் மனம் நம்பத் தொடங்கிடுச்சு...

அதுமாதிரியே, அவன் வந்தபோது கடையில் கஸ்டமர்ஸ் இருந்தாங்க. அவன் ரோடிலேயே நிக்கறான். எல்லாரும் போனப்பறம் நேராக வந்து என்கிட்டே கைநீட்டினான்.

“தரமுடியாது... நீ போலாம்”னு சொன்னேன்.

அவன் கண்கள் மிதக்க அவரை நோக்கிக் கைநீட்டியபடியே இருந்தான். உன்னால் கொடுக்காமல் இருக்க முடியாது என்பதுபோல் இருந்தது அந்தக் கூர்மையற்ற பார்வை.

இவன் வேண்டுமென்றே செய்கிறான் என்று ஜேடி புரிந்துகொண்டு, இவனிடம் என்ன நமக்கு முரண்டு என்று நாணயம் ஒன்றைத் தேடி எடுத்துக் கொடுத்தார். வாங்கிக்கொண்டு விறுவிறுவென நேராக நடந்து போனான். எதிர்ச் சாலையில் அவன் செல்வதை ஜேடி பார்த்துக்கொண்டிருக்க முடிந்தது.

இப்படியே பல நாட்கள் காலை சுமார் பத்து பத்தரை மணி அளவில் அவன் வருவதும் கைநீட்டுவதும் இவர் தருவதும் தொடர்ந்தன.

அடுத்த நாள் ஞாயிற்றுக் கிழமை. கடை கிடையாது. தொலைக்காட்சியில் செய்திகளைப் பார்த்துக்கொண்டிருந்தவருக்கு அவனுடைய நினைவு வந்தது. உடனே சைக்கிளை எடுத்துக்கொண்டு கடைப்பக்கமாக வந்தார். யாருமில்லை. சைக்கிளைத் தள்ளிக்கொண்டு சாலையைக் கடக்கும்போது அவன் எதிர்த்திசையில் கடந்து கடை இருக்கும் திசை நோக்கிப் போவதைக் கவனித்தார். ஓரமாக ஒதுங்கி நின்று பார்த்தார். மூடிய கடை முன் நின்று கைநீட்டினான். சில நிமிடங்கள் கழித்து வாங்கிக்கொண்டது போல உள்ளங்கையை மூடிக்கொண்டு திரும்பி வேகமாக நடந்து இவரைக் கடந்து போய்க்கொண்டே இருந்தான்.

ஜேடிக்கு ஆச்சரியமாக இருந்தது.

இப்போது இவருக்கு இதைப் பற்றி வீட்டில் சொல்லவேண்டும் என்று தோன்றியது. வீட்டில் சொன்னார். “ஒரு பைத்தியத்தை ஃபாலோ பண்ற ஒரே ஆள் நீதாம்பா” என்று கிண்டலாகச் சொன்னாளாம் அவரது மகள்.

“யாராவது ஏதாவது சூனியம் கீனியம் வச்சி இவனை ஏவி விட்டுருப்பாங்களோ. நம்ம பூசாரிக்கிட்ட உடனே கேட்டுறணும்” என்றாராம் அவர் மனைவி.

“உங்ககிட்ட சொன்னேன் பாரு” என்று சொல்லிக்கொண்டு ஜேடி போய்விட்டார்.

★★★

இந்த கைநீட்டல் தினமும் தொடர்ந்தது. ஒரு நாள் எதையுமே கொடுக்காமல் கொடுப்பது போல வெறும் கையை நீட்டி, காசு போடுவது போல பாவனை செய்தார். அவனும் வாங்கிக்கொண்டது போல பாவித்துத் திரும்பிச் சென்றான்.

ஒரு நிலையில் 'அவன் தன்னைப் போல என்னை மாற்ற முயல்கிறானா' என்பதாக ஜேடிக்கு ஒரு சந்தேகம் உண்டானது. வேறு யாரிடமும் இல்லாமல் என்னிடம் மட்டும் இவன் கைநீட்டுவது ஏன்?

அந்தச் சமயத்தில், திண்டிவனம் செல்ல வேண்டி இருந்ததால், தனது மைத்துனரை இரண்டுநாள் கடையைப் பார்த்துக்கொள்ளச் சொல்லிவிட்டுச் சென்று திரும்பிய பின் மீண்டும் விசாரித்தபோது, அவன் வரவில்லை என்றார்.

ஜேடி-யின் இயந்திரத்தனமான தினசரி வாழ்க்கையில் எப்போதாவது கிடைக்கும் ஆசுவாச இடைவெளிகளை - புத்தகங்களோ, மனதின் அடியாழத்தில் நெளியும் அந்தரங்க யோசனைகளோ, பிச்சைக்காரரின் அணைப்பில் இருக்கும் மழலையின் சிரிப்போ, யோசனைகளை உதிர்த்துவிட்டு வெற்று மனமோ நிரப்பிக்கொண்டிருக்கும். அவரோடு சற்று நெருக்கமானவர்களுக்கே அது புரியும்.

மறுநாள் அவர் வீட்டில் இருந்து கடைக்குச் சற்றுத் தாமதமாகக் கிளம்பி நடந்து வரும்போது, அவன் சற்று முன்னே சென்றுகொண்டிருப்பதைப் பார்த்தார். இன்று அவன் கையை நீட்டும்போது என்ன செய்யலாம் என்று யோசித்தார். தீர்ந்து போய் எறியப்பட்ட ரீபில் ஒன்று கீழே கிடந்தது. இதை அவனிடம் கொடுக்கலாம் என்று அந்த ரீபிலை எடுத்துக்கொண்டார். சாலை ஓரமாக ஒதுங்கிய அவன் சாவி ஒன்றைக் கயிற்றில் கட்டிக்கொண்டிருந்தான்.

கடைக்குச் சென்றபின் கடை வேலைகள் அவரைத் திணற அடித்தன.

எதிர்பார்த்தபடியே அவன் வந்தான்.

கைநீட்டினான்.

அந்த காலி ரீபிலை அவனிடம் கொடுத்தார்.

வாங்கிக்கொண்டு திரும்பி நடந்து போய்க்கொண்டே இருந்தான். கடைக்குள் நுழைந்துகொண்டிருந்த தெரிந்த வாடிக்கையாளர் "காலி ரீபிலை எதுக்கு எடுத்துக்கிட்டு போறான் இவன்?" என்று சிரித்தார். அப்போது காலி ரீபிலை குனிந்து எடுத்தபோதுதான்

எதுவாக இருந்தோம் என்று ஜேடிக்கு ஒரு யோசனை வெட்டியது. அப்படியேதான் என்னிடம் சொன்னார்.

ஏனோ அவன் அடுத்த இரண்டு வாரங்களுக்குக் கண்ணில் படவே இல்லை. அவர் அவன் குறித்த எண்ணத்தைப் பொருட்படுத்தக் கூடாது என்று முயன்று அவ்வப்போது தோற்றுக்கொண்டுமிருந்தார்.

"மிதக்கும் சருகோ,

மூழ்கும் கல்லோ

குளத்தில் அலைகள்"

என்று ஒரு வரியைப் பொட்டலம் கட்டும் கிடந்த தாள் ஒன்றில் கிறுக்கினார்.

ஆனால் இவன் என்றாவது வருவான். வந்து கைநீட்டுவான் என்று எதிர்பார்த்தார். அல்லது நம்பினார். தன்னைக் குறிவைத்தே இவன் கைநீட்டுவது அவருக்குக் கொஞ்சம் எரிச்சலைக்கூட உண்டாக்கியது.

மறுநாள் வரும்போது அவனிடம் கேட்கவேண்டும். அவன் பேசாவிட்டாலும் கேட்டுவிட வேண்டும் என்று எண்ணியதாகச் சொன்ன, ஜேடி தொடர்ந்து சொன்னார்.

"அவன் வருவான். வந்த உடனே சொல்லிடணும். நான் எதுவும் உனக்குக் குடுக்க முடியாது. நீ என்ன ஏதாவது குடுத்து வச்சிருக்கியா? நான் உனக்கு ஏதாவது கடன் பட்டிருக்கேனா? என்னைப் பாத்தா இளிச்சவாயன் மாதிரி இருக்கா? எதுவானாலும் உனக்கு நான் எதுக்குக் குடுக்கணும்? முடியாது. போ. மரியாதையா போயிடு. இனிமே இந்தப் பக்கமே வரக்கூடாது. ஓடிப்போ அப்பிடீன்னு கோபமான தொனியிலேயே வார்த்தைகளை மனதுக்குள்ள அடுக்கி வச்சிக்கிட்டேன்" என்றார்.

"ஆனா உள்ளே வந்தவன்... சட்டென இரண்டு கையையும் எனக்கு முன்னாடி நீட்டினான். இரண்டு கையிலும் ரொட்டித்துண்டுகள்." அவர் "நான் எதிர்பாக்கல்லை" என்றார்.

முதன்முறையாக அவன் குரல் ஒலிக்கிறது.

"எடுத்துக்கோ" என்றான்.

ஜேடி சற்று அதிர்ந்துதான் போகிறார்... முற்றிலும் தனது எண்ணத்துக்கும்... ஊகத்திற்கும் மாறான ஒரு சம்பவத்தை அவர் எதிர்பார்க்கவில்லை.

மெலிதாகச் சிரித்துவிட்டு "சரி போ" என்றார். அவன் தொடர்ந்து கையை நீட்டிக்கொண்டே இருந்தான். சாம்பல் வளையம் பூத்த அவனுடைய கண்கள் அவர் மேல் குத்தி நின்றது. அந்த ரொட்டித்துண்டை விரலால் மெதுவாகத் தொட்டுவிட்டு... "சரி... போ" என்கிறார். படி இறங்கி விறுவிறுவென திரும்பி நடந்து போய்க்கொண்டே இருந்தான்.

சம்பவத்தைச் சொல்லி முடித்தபோது அதில் சட்டென ஒரு திருப்பம் இருந்தது. இது ஒரு ஓ ஹென்றி தனமாக சம்பவம் என்று லேசான என் வாசிப்புத் திமிரில் நினைத்துக்கொண்டேன். நட்பின் உரிமையாக அதை அவரிடமும் சொன்னேன்.

ஆனால் அவர் அதையெல்லாம் கவனிக்கவில்லை. சம்பவத்தைச் சொல்லிக்கொண்டே இருந்தவர் புன்னகை மாறாமல் அப்படியே சில கணம் அசைவில்லாமல் என் முகத்தைப் பார்த்துக்கொண்டு இருந்தார். காதில் விழுந்த என்னுடைய பேச்சை மனதில் வாங்கிக்கொண்டாரோ இல்லையோ தெரியவில்லை.

பிறகு என்னை ஒரு கேள்வி கேட்டார் "நான் ஏங்க அவன் கிட்ட கை நீட்டல்லை."

அவன் கைநீட்டினான். ரொட்டி இருந்தது. ஆனா நான் ஏன் அதை எடுத்துக்கலே?

எது என்னைத் தடுத்தது?

என்னுடைய கை கீழிறங்கி ஏற்க எது என்னைத் தடுத்தது? என்று அவர் கேட்ட கேள்விதான் இந்த உரையாடல் தளத்தை சட்டெனத் தூக்கி எங்கோ எறிந்தது. என்னையும் சேர்த்து.

ஏதோ ஒரு பைத்தியத்தோடு இவருக்கு ஏற்பட்ட அனுபவத்தைச் சொல்கிறார் என்றுதான் கேட்டுக்கொண்டிருந்தேன். ஆனால் அவர் கேட்டது ஒரு மின்னல் வாளைப்போல எனக்குள் சரேலென இறங்கியது போலிருந்தது. இறங்கிய கணம் மறைந்தும் போனது. நான் சட்டெனத் தடுமாறிப்போனேன் என்றே சொல்லவேண்டும். இந்த யோசனை எப்படி எனக்கு வராமல் போனது.

இடைவெட்டியபடி "நாம இன்னும் முழு மனிதர்களாகலையோ?" என்றார் ஜேடி.

முழு பைத்தியங்களாகவும் இல்லை என்றுதானே அதற்கான பதிலாகச் சொல்லிவிட்டுச் சிரித்தார்.

நான் அவருக்கு எந்தப் பதிலும் சொல்ல முடியவில்லை. அவர் எதிர்பார்க்கவும் இல்லை. இருவரும் அலைபுரளும் கடலலை வரைந்த நீர்வண்ண ஓவியம் போல் மௌனித்து நின்றிருந்தோம். மற்றொரு டீ ஆறிப்போய் ஆடைபடிந்து குளிர்ந்துபோய் இருந்தது.

★★★

ரமேஷ் கல்யாண்

இலக்கிய வாசிப்பார்வத்தின் நீட்சியாக சிறுகதை, கவிதை மற்றும் வாசிப்பானுபவக் கட்டுரைகள் எழுதி வருகிறார்.

இவரது படைப்புகள் அமுதசுரபி, தினமணிக்கதிர், கணையாழி, தளம், இருவாட்சி, பேசும் புதிய சக்தி, நாடகவெளி, வாசல், மன்றில், வார்த்தை, கல்குதிரை இதழ்களிலும், கீற்று, சொல்வனம், ஆம்னிபஸ், கனலி, பதாகை போன்ற மின் இதழ்களிலும் வெளியாகி உள்ளன.

'திசையறியாப் புள்' என்ற சிறுகதைத் தொகுப்பு சிறுவாணி வெளியீடாக 2019ஆம் ஆண்டு வெளிவந்தது. நெய்வேலி புத்தகக் கண்காட்சி அமைப்பு, விந்தன் அறக்கட்டளை, காரைக்குடி புத்தகத் திருவிழா அமைப்பு, ராஜம் அறக்கட்டளை, எம்விவி-அவ்ராம் அறக்கட்டளை, கோவை சரசு அறக்கட்டளை நடத்திய சிறுகதைப் போட்டிகளில் பரிசு பெற்ற கதைகள் இத் தொகுப்பில் உள்ளன. அழிசி கட்டுரைப் போட்டியில் நாவல் அறிமுக/விமர்சனம் குறித்த கட்டுரைக்கான சிறப்புப் பரிசு பெற்றார். அன்னை ராஜேஸ்வரி பதிப்பகம் 2022-ல் வெளியிட்ட 'மாசறுபொன்' தற்காலச் சிறுகதைகள் தொகுப்பில் இவரது சிறுகதை இடம்பெற்றுள்ளது.

வழக்கு

நாராயணி கண்ணகி

செம்மண் பூசிவிட்ட மாதிரி வண்ணமடித்த, புதிய நீதிமன்றக் கட்டடமானது கோட்டையைப் போல் தெரிந்தது. மரங்கள் உதிர்த்த சருகுகளும், மனிதர்கள் உதிர்த்த குப்பைகளும் வளாகமெங்கிலும் படர்ந்திருந்தன. ஆவின் பாலகத்திற்குப் பின்புறமிருந்து பரவும் மூத்திர நெடி தேநீர் ஜீவிகளுக்குச் சகஜமாகப் பழகிவிட்டிருந்தது. அங்கேயே நின்று சூடாகப் பருகிப் பேசிக்கொண்டிருந்தார்கள். மரங்களிலிருந்து நிழலும் வெயிலும் கைகோத்துக் குதித்தன. குற்றவாளிகள், நிரபராதிகள், சாட்சிகள் யாரும் வித்தியாசமின்றித் தெரிந்தார்கள். கிழிந்திருந்த வழக்குக் கட்டுகளையே பெரும்பாலான வழக்கறிஞர்கள் கையில் வைத்திருந்தார்கள். அனேக வழக்கறிஞர்களின் கறுப்பு கோட்டும், கறுப்பு அங்கியும் சாயம் தேய்ந்தும் கிழிந்தும் நைந்தும் தைத்துமிருந்தன. மிதிவண்டியிலும் தேநீர் விற்பவர்கள் இரண்டு பேர் சுற்றிக் கொண்டிருந்தார்கள். பசு மாடொன்று பேப்பர் குப்பைகளை முகர்ந்து, முகர்ந்துப் பார்த்துக்கொண்டே திரிந்தது. துரத்தப்படாத, நேசிக்கப்படாத பிணிநாய்கள் மரநிழல்களில் நாவுகளைத் தொங்கவிட்டுக் காற்றாடின. கார்கள், பைக்குகள் ஒழுங்கில்லாத வரிசையில் நின்றிருந்தன. இரண்டு சிறிய பேருந்துகளுக்குள்ளே கைதிகளும் காவலர்களும் அடைந்து காத்திருந்தார்கள்.

புகையுடனும் சத்தத்துடனும் நுழைந்த ஆட்டோவிலிருந்து ரமணி இறங்கினாள். முதிர்ப்பெண்டிர் உடுத்தும் சுத்தமான பருத்திப் புடைவையிலும் வசீகரமாகவும் இளமையாகவும் தெரிந்தாள். சிவந்த நிறத்திலிருந்த அவள் செம்பு ஜரிகைப் புடைவையை நேர்த்தியாகச் சுற்றியிருந்தாள். ஆட்டோக்காரரிடம் பணம் தந்துவிட்டு நடந்தே நீதிமன்ற வளாகத்தை விட்டு வெளியே வந்தாள். கைபேசி எடுத்துப் பேசிக்கொண்டே எதிரிலிருந்த மூன்றடுக்கு நவீன கட்டடத்திற்குள் நுழைந்தாள், அவளை அங்கிருந்த எல்லா ஆண்களின் கண்களும் விழுங்கின, லிப்ட்டைத் தேடாமல் படிகளில் நடந்தே முதல் மாடியிலிருந்த வழக்கறிஞர் அர்ச்சனாவின் அலுவலகத்திற்குள் நுழைந்தாள். அர்ச்சனா தனியாக வழக்குக் கட்டொன்றைப் பிரித்துக் கொண்டு உட்கார்ந்திருந்தாள். இந்த நேரம் பேசுவதற்கு உகந்ததென்று ஆறுதலடைந்தாள் ரமணி. அர்ச்சனாவின் தலைக்கு மேலே சுவரில் அவள் கணவரின் சிரித்த முகத்துடனிருந்த பெரிய படம் சந்தன மாலையுடன் இருந்தது. படத்திற்குக் கீழ் கொஞ்ச நேரத்திற்கு முன்பு தீயிட்ட ஊதுபத்தியிலிருந்து சந்தனம் கமழ்ந்தது.

“வா” என்ற ஓரெழுத்துச் சொல்லையே ஒரு வாக்கியம் அளவிற்கு நீளமாக இழுத்துச் சொன்னாள் அர்ச்சனா. ரமணியைத் தரையிலிருந்து தலை வரை அளந்து பார்த்தாள், விலைமாது என்பதற்கான தனித்த அடையாளம் ஏதும் தென்படவில்லை. ஆனால் ஏதோ வசீகரம் காணமுடிந்தது. ஏற்கனவே பலமுறை விபச்சார வழக்குகளுக்கு வந்திருக்கிறாள். இருபது ஆண்டுகளுக்கு முன்பு கல்லூரியில் பார்த்த ஞாபகம் கலையவில்லை. வேறு துறையாக இருந்தாலும் எல்லோரையும் ஈர்த்துவிடும் அழகு. கல்லூரி விழாக்களில் நடனமாடி இருக்கிறாள். நாற்பதைத் தாண்டி விட்டால் அழகும் தாண்டி விடுமா என்ன? அப்போது இருந்ததைவிட இப்போது அழகு பூசி இருப்பதாக நினைத்தாள். “உட்கார் ரமணி! உன்கிட்டே முக்கியமான விசயம் பேசணும்னு மூணு முறை போன் பண்ணேன், வரவே இல்லை, இப்பவும் என்னைப் பார்க்க வரல கேசுக்காகத்தான் வந்திருக்கே?”

சல்லடை போன்ற துளைகள் நிறைந்திருந்த ஸ்டீல் நாற்காலியில் சாய்ந்து உட்கார்ந்து சாய்வதற்காகவே உட்கார்ந்து “பேசணும்னு சொன்னீங்க முக்கியமான விசயம்னு சொல்லலையே, போன்ல சொல்லி இருக்கலாமே...? கோர்ட்டுக்குப் போகாமல் ஆபிஸ்லயே உட்கார்ந்துட்டீங்க வக்கீலம்மா?” என்றாள். பூப்போட்ட கைக்குட்டையால் கழுத்தை ஒற்றினாள். மாடிப்படிகள் ஏறி வந்ததால்

கொஞ்சம் கொஞ்சமாக மூச்சு ஏறி இறங்கியது.

“நான் போன்ல எந்த விசயமும் பேசறதில்ல... அதிலும் இந்த விசயம் பேச முடியாது” கண்களில் ஒருவிதமான எச்சரிக்கையாக இருக்கிற உணர்வைக் காட்டினாள். “இன்னைக்கு கோர்ட் பாய்காட் மாதம் மும்முறை நீதிமன்றத்தைப் புறக்கணிப்போம் இல்ல” சிரிப்பினூடே சொன்னாள்.

“கோர்ட் நடக்காதா?” பதற்றத்துடன் கேட்ட ரமணி, கொஞ்சம் கூடுதலாக மூச்சிழுத்தாள்.

“அழுதுடுவியோ? ஜட்ஜ் நடத்துவார், கவலை வேணாம், வாய்தாவும் ஃபைன் கட்றதும் அதுபாட்டுக்கு நடக்கும். உன் புருசர் மேல அம்முட்டு பாசமா? நேத்துதான அழைச்சிட்டு வந்தாங்க, ஒரு நாள் தாங்க மாட்டியா?” கேள்வியோடு பார்த்தாள். பார்வையில் பல அர்த்தங்கள் இருப்பதாக ரமணி உணர்ந்துகொண்டாள். என் கணவர் செத்து நாலு வருடமாச்சு, நான் தனியா இல்லையா என்கிற அர்த்தம், உனக்கென்ன புருசன் மட்டுமா, வேற ஆம்பளைங்களே இல்லையா என்கிற அர்த்தம். அப்படியொண்ணும் உன் புருசன் ஏங்கற மாதிரி அழகா திடமா இல்லையே என்கிற அர்த்தம். இந்த அர்த்தங்களைத் தாண்டி அர்த்தங்களுக்குள் புகுத்த முடியாத பல ஆண்களை ரமணிக்குத் தெரியும்.

“புருசன் கூடவே இருக்கிறதோ, பிரிஞ்சி இருக்கிறதோ, இல்லாம இருக்கிறதோ விசயம் இல்ல, அவர ஜெயில்ல விட்ற முடியுமா? அவரெல்லாம் என்னை போலீஸ் ஸ்டேசன்ல ஒரு நிமிசம் விட மாட்டார்” மறுபடியும் கழுத்தைத் துடைத்தாள்.

“போலீசுக்கு வழக்கமா கவனிக்கிறீங்கதானே?”

“கவனிக்கலைன்னா விட்ருவாங்களா வக்கீலம்மா.”

“போலீஸ்காரங்களுக்குக் காசும் நொட்டணும், கேசும் நொட்டணுமா?” இது வழக்கறிஞரின் மொழியாக இல்லாமல் கொஞ்சம் கீழான பேருந்து நிலைய மொழியாக இருந்ததைக் கூர்ந்து கவனித்தாள்.

காவலர்கள் மீது வழக்கறிஞர்களுக்குப் பகையொன்றுமில்லை, அவர்கள் பங்காளிகளைப் போன்றவர்கள், அவர்களால்தான் வழக்குகள் கிடைக்கின்றன, ஒன்றாகச் சென்று தேநீரும் சாப்பாடும் எடுப்பார்கள், ஆனாலும் கிளையன்ட்டுகளிடம் வழக்கறிஞர்கள், காவலர்களைத்

திட்டுவதும் காவலர்கள் வழக்கறிஞர்களைத் திட்டுவதும் வழக்கமானது எனலாம்.

“போலீஸ்காரங்க முன்ன மாதிரி கெடுபிடி பண்ணமாட்டாங்க, ஆனா நாங்க வெச்சுக்கிறதில்ல, கரண்ட் பில்லும், வீட்டு வாடகையும் கட்ற மாதிரி மாமூலும் தந்துடறோம், ரோதன என்னாத்துக்கு?” ரமணி போலீசாருக்கு லஞ்சம் என்பது எவ்வளவு தவிர்க்க முடியாதது என்பதாய்ச் சொன்னாள். விபச்சாரத்தையும் விட முடியாத நிலையையும் மனதில் நினைத்துக் கொண்டாள். “முக்கியமா பேசணும்னு சொன்னீங்களே...?”

அர்ச்சனா விரலால் தலையை ஒருமுறை கீறிக்கொண்டாள். “சில விசயங்களை அதுக்காகவே இருக்கிற மனசோட பேசணும்... எல்லா விசயத்துக்கும் மூட் முக்கியமாச்சே... ஒரு மூட்ல தப்புன்னு நினைக்கிற விசயம் இன்னொரு மூட்ல ரொம்ப சரின்னு தோணும்...” என்னவோ சொல்ல வந்து அதைச் சொல்லாமல் “வயசாயிட்டே வருதே விட்டுடலாமே?” என்றாள்.

ரமணி உதடுகளை நாவால் வருடிவிட்டு “நாப்பதைத் தாண்டிட்டா வயசாயிடுதா?” என்றாள். தோளில் மாட்டியிருந்த தோல் பையிலிருந்து தண்ணீர் பாட்டில் எடுத்து, கொஞ்சம் தொண்டையில் இறக்கினாள். “என்னோட படிச்ச சுகுமாருக்கும் நீலகண்டனுக்கும் இன்னும் கல்யாணமாகல, ஆம்பளைங்கள விடு, எங்கேயும் போகாம, ஆட்டம் போடாம இருக்கானுங்களா? பொண்ணுங்கள்லயே கமலவேணிக்கும் சாந்திக்கும் இன்னும் ஆகல... நான் தொழில விட்டு ரொம்ப நாளாச்சு, நானேதான் வேணும்னு குழந்தமாதிரி அடம் பண்றவனுங்களுக்காக எப்பனா சரின்னு சொல்வேன். வேற பொண்ணுங்கள வெச்சுத் தொழில் பண்றோம்” உதடுகளை நாவால் மறுபடியும் ஈரம் பண்ணிக் கொண்டாள். “என்ன விசயம் பேசணும்?”

அர்ச்சனாவிடம் என்னவோ ஒரு தயக்கம் இருந்தது கண்களில் தெரிந்தது. வாசற்படி பக்கம் ஆள் வரும் நிழலேதும் தெரிகிறதாவென்று பார்த்தாள். யாரும் வருகிற அறிகுறி தெரியவில்லை என்றாலும் “டிகிரி முடிச்ச இல்லை, வேற வேலைக்குப் போயிருக்கலாமே?” என்று கேட்டாள், இது கேட்க வந்த விசயம் இல்லை என்பது புரிந்தது.

“என்னது?” சிரித்தாள் “டிகிரி முடிச்சா வேலையா?” பற்களைக் காட்டினாள். வரிசையாக, அழகாக இருந்த பற்களைக் கவனித்தாள்.

“ஸாரி, தப்பா கேட்டுட்டேன்” அர்ச்சனாவே உணர்ந்து கொண்டாள், அந்தக் கேள்வி எவ்வளவு பெரிய அபத்தம் என்று.

“எங்ககிட்ட தொழில் பண்ண வந்தவங்க பிஇ, எம்இ, ஐடி முடிச்சவங்கதான்... வேலை கிடைக்காதவங்களும் வேலை பறிபோனவங்களும்தான்...! நிறையப் பேர் வேலைக்கு வந்து போற மாதிரிதான் கௌரவமா சம்பாதிச்சிட்டு சொந்த ஊருக்குப் போறாங்க...” பேசிக்கொண்டே தலையைத் திருப்பி ஜன்னல் வழியாக வெளியே பார்த்தாள். தரைப்பகுதி தெரியவில்லை, நீதிமன்றத்தின் முதல் தளமும் இரண்டாம் தளமும் தெரிந்தன. அங்கே மனிதர்கள் எப்போதும் போலவே திரிந்துகொண்டிருந்தார்கள்,

‘மனிதர்கள் அலைகள் போல்தான் அலைந்துகொண்டே இருக்கிறார்கள் கறையைக் கடக்க முடியாமல்’ மனதில் ஏதோ ஜால வார்த்தை வந்தது, போனது.

“டீ குடிக்கணும்னா கீழதான் போணுமா?”

அர்ச்சனா மேசையில் சும்மா கிறுக்கிக்கொண்டிருந்த பேனாவை அசைத்துக் காட்டினாள். போனில் எண் அழுத்தி, காதில் வைத்து “தோ சாய்!” என்றாள்.

“ஆம்மா, இப்பதான் எல்லாத்தையும் போன்ல ஆர்டர் பண்ணிக்கலாமே...” கழுத்தைத் துடைத்துக் கொண்டே இருந்தாள். இடுப்பில் மடிப்புகள் இருக்கிற மாதிரி ரமணிக்கு கழுத்திலும் இரு மடிப்புகள் இருந்தன.

“சாப்பாடு ஆர்டர் பண்ற மாதிரி உங்கள யாரும் போன்ல புக் பண்றதில்லையா?” சிரித்துக்கொண்டே கேட்டாள், சிரிப்பதால் ரமணியின் மனம் நோகுமோ என்று ஒரு கணம் யோசித்தாள், எதற்கெடுத்தாலும் சிரிப்பதை நிறுத்த வேண்டும் என்று பலமுறை யோசித்திருக்கிறாள் முடியவில்லை.

“போன் நம்பர் கொடுத்தா ஆர்டர் பண்ணுவானுங்க, யாருக்கும் தர்றதில்ல, குட்டிங்கள வெளியேவும் அனுப்பறதில்ல, பத்திரமா வரணுமில்ல, இங்கயே குடிச்சிட்டு வந்தானுங்கனா சேத்தருதில்ல, விஐபிங்களுக்கு மட்டுமே நெம்பர் தந்திருக்கோம், கௌரவமா போன் பண்ணிட்டு வருவாங்க அவங்க வர்ற நேரத்துல வேற ஆளுங்கள சேத்த மாட்டோம், நம்ம மந்திரி கூட எம்எல்ஏவா இருந்த வரைக்கும்

போன் பண்ணிட்டு வருவார், மந்திரியான பிறகு வர்றதில்ல, சினிமா நடிகைகள பாக்கறாராம்'' வருத்தமும் கோபமும் தெரிந்தது.

"நடிகைக்கும் அதுதானே இருக்கு?'' அர்ச்சனா இப்போது சிரித்ததில் நியாயம் இருந்தது.

"அப்படிப் பார்த்தா மனைவிகிட்டேயும் அதுதான் இருக்கு, ஏன் வேற தேடறாங்க?'' சாதாரணக் குரலில் வரவில்லை. வார்த்தைகளோடு அடர்த்தியான கோபமும் கலந்திருந்தது.

"ஆம்பளைங்களுக்குத் தான் மட்டுமே ஆம்பளைங்கிற திமிரு, ஆம்பளைங்கற கர்வம் வேறென்ன?'' இதுவும் கோபத்தால் மிதந்த சொற்கள்தான்.

"பொம்பளைக்கும் தான் பொம்பளடாங்கிற கர்வமும் திமிரும் இருக்குது... அத பெரும்பாலும் வெளியே கொட்டாம அடக்கி வெச்சிருக்கிறதால ஆம்பளைங்க எல்லோரும் தான்தான் ஆம்பளன்னு நெனைச்சுக்கிறாங்க... போடான்னு துப்பற பொண்ணுங்க எங்கிட்ட இருக்காங்க...''

இந்தக் கேள்வியும் பதிலும் இருவரையும் கொஞ்ச நேரம் மௌனமாக்கியது. அர்ச்சனா அவளுக்குள் இன்னொரு முறை சொல்லிப் பார்த்துக்கொண்டாள் 'ஆம்பிளைக்குத் தான் ஆம்பளைங்கிற திமிரு ஆம்பளைங்கிற கர்வம் வேற என்ன அதைப் பெண்கள் அனுமதிக்கிற வரைக்கும்தானென்பது எத்தனை உண்மை? மந்திரிக்கு மூன்று மனைவிகள், மூன்று பேர் போதாதென்று விபச்சார விடுதிக்கும் நடிகைகள் வீட்டிற்கும் போய் சுகம் காண்கிறான். மந்திரியின் இரண்டாம் மனைவி பாரதி ஒரு வழக்கு விசயமாக அர்ச்சனாவைப் பார்க்க வந்திருந்தாள், உடன் வந்த கார் ஓட்டுநருடன் நெருக்கமாக இருந்ததை அப்போதே புரிந்துகொண்டாள். அதில் குற்றம் சொல்ல என்ன இருக்கிறதென்று நினைத்தாள். மந்திரி யோக்கியமானவனாக இருந்திருந்தால் ஒருவேளை தவறாக நினைத்திருக்கலாம், அல்லது அர்ச்சனா மற்ற சராசரி பெண்களைப் போல் குணம் கொண்டவளாக இருந்திருந்தால் குற்றமாகப் பார்த்திருக்கலாம், அதன் பின்னர் ஆறு மாதங்கள் கழித்து அந்த ஓட்டுநர் ஒரு விபத்தில் இறந்துபோனதைச் செய்தியாக வாசித்தாள். கார் ஓட்டுநருக்கு உண்மையில் விபத்து எதுவென்றால் மந்திரியின் மனைவியைத் தொட்டதுதான். "சும்மா நின்னுட்டிருந்த கார் மேல புளியமரம் ஸ்பீடா வந்து மோதி ஆக்ஸிடென்ட் பண்ணுச்சா?'' என்று அப்போது சக வழக்கறிஞர்களிடம்

கேட்டிருக்கிறாள். காருக்கு சின்னதொரு சேதாரம் இல்லை. ஒரு கோடி ரூபாய் காருக்குச் சேதாரமாகாமல் காரியத்தைச் சாதித்திருக்கிறார்கள். எப்படி யோசித்தாலும் அர்ச்சனாவிடம் அந்த வழக்கு வரவில்லை, யார் துணிந்து இது திட்டமிட்ட கொலையென்று வழக்குப் போடுவார்கள், தைரியம் இருக்கிறதா? போலீஸ்காரர்கள் மந்திரியின் கையில், பிரேதப் பரிசோதனை செய்யும் மருத்துவர்கள் மந்திரியின் கையில். புளியமரத்திற்கும் சேதாரம் இல்லை, காருக்கும் சேதாரம் இல்லை, மந்திரியின் இரண்டாம் கிளிக்கும் சேதாரம் இல்லை, சேதாரம் ஓட்டுநரின் உயிருக்கு மட்டுமே. அர்ச்சனா எவ்வளவோ அது விசயமாக யோசித்திருக்கிறாள். 'ஆண்கள் எத்தனை பெண்களையும் மொய்க்கலாம், பெண்கள் அந்தப் பக்கமாக ஒரு அடி நகரக் கூடாது, உணர்வுகளை அடக்கி வைத்திருக்க வேண்டும், மூத்திரம் மலத்தை அடக்கவும் தும்மலை அடக்கவும் கொட்டாவியை அடக்கவும் கோபத்தை அடக்கவும் வார்த்தைகளை அடக்கவும் பசியை அடக்கவும் சிரிப்பை அடக்கவும் வலிகளை அடக்கவும்தானே பிறந்ததிலிருந்து கற்றுக் கொடுக்கிறார்கள் உணர்வுகளை அடக்கவும் உடம்பைப் பழகிக் கொள்கிறார்கள்.' பல கள்ளக்காதல் கொலை வழக்குகளைக் காணும் போதெல்லாம் அவை அத்தனையும் பெண்களுக்கு எதிராக நிகழ்வதை யோசித்திருக்கிறாள்.

"மந்திரி உங்க ஊருதானே?, உங்க தெருதானே...?" ரமணி கேட்ட விதம், குரல் குழைவு வேறு மாதிரியாக இருந்தது.

அர்ச்சனா அதைப் புரிந்துகொண்டாள். "மந்திரி என்னையும் ட்ரை பண்ணான், போடா இவனேன்னு கண்டுக்கல... அந்த விசயத்துல மந்திரியென்ன, சிப்பாயென்ன எல்லா இவனும் அலையறவனுங்களாதான் இருக்கானுங்க, எவன் கிட்டயாவது கொஞ்சம் உணர்ச்சிவசப்பட்டோம்னா போச்சு, லைஃப் பூரா அவனுக்குக் கொத்தடிமையா இருக்கணும்" பேனாவை எடுத்துத் தலையில் தேய்த்துக் கொண்டே சொன்னாள்.

வடநாட்டுப் பையன் ஒருவன் பெரிய பிளாஸ்க்கை தோளில் தூக்கி வந்தான். புன்னகை மொழியில் விடாமல் பேசினான். காகிதக் குப்பிகளிரண்டில் தேநீரை ஊற்றிக் கொடுத்தான். பைசா மொத்தமாக சேர்த்து மாலையில் வாங்கிக் கொள்வது வழக்கமாக இருக்கலாம். இந்தியில் பாடிக்கொண்டே இறங்கிப் போனான். தேநீரின் குணத்தையும் ருசியையும் குறைக்காத ஏலக்காய் மணத்தை ரமணி புதிதாக முகர்ந்தாள். அர்ச்சனாவின் கணவர் புகைப்படத்திற்குக் கீழே புகைந்துகொண்டிருந்த

பத்தியைப் பார்த்தாள், அவள் பார்த்தபோது ஊதுபத்தி புகைந்து முடிந்த சாம்பல்குச்சி உடைந்து விழுந்தது.

"இன்னைக்கு ஜாமீன் கிடைச்சிடும்தானே?" ரமணி தேநீர் உறிஞ்சிக் கொண்டே கேட்டாள்.

"இதுவொண்ணும் கொலை கேஸ் இல்லையே... ஃபைன் கட்டிட்டு நேத்தே போயிருக்கணும்... சூதாட்டமும் சாராயமும் இருக்கும் போது விபச்சாரமும் இருக்கலாமே... சாராயத்தாலனாலும் பல குடும்பங்கள் நாசமாகுது, இதுனால யாருக்கு என்ன கெடுதல், எதுக்காக அரெஸ்ட் பண்றாங்க? இயற்கையான தேவைகளை தானே பரிமாறிக்கிறாங்க? தேவைகள்னு சொல்றதைவிட தவிர்க்க முடியாத அவஸ்தைன்னு சொல்லலாம்" அர்ச்சனா தேநீர் பருகினாள். பொதுவாக வாடிக்கையாளர்களுக்குச் சாதகமாகப் பேசுவது இயல்பு, அப்படிப் பேசும்போதுதான் அவர்களிடம் உண்மைகளை நட்பாக வெளிக் கொண்டுவர முடியும்.

ரமணிக்குப் புதிய போதனையாகத் தெரியவில்லை. நிறையப் பேர் பேசிக்கொண்டுதானிருக்கிறார்கள் 'விபச்சாரத் தொழிலை அங்கீகாரம் செய்வதால் பாலியல் குற்றங்கள் குறையும், இளம் வயதினர் மனப்பிறழ்வில் நாசமாவது குறையும்' என்று சமூக சேவகி ஒருவர் தொலைக்காட்சிப் பேட்டியொன்றில் பேசியதைக் கேட்டிருக்கிறாள். சமூகசேவகிகளின் கருத்தை யார் மதிக்கிறார்கள்? நிறையக் கருத்துகள் அதைச் சொன்னவர்களின் சொந்த வாழ்க்கைக்கே உதவாது போயிருக்கலாம், கருத்துகள் எதுவென்றாலும் அது சொந்த வாழ்க்கையின் போதாமைகளிலிருந்து உதிப்பதுதானே?

"அரசாங்கம் அனுமதிக்கலன்னு நடக்கறது எதனா நடக்காம இருக்கா? எந்த வெள்ளத்தையும் ஓரளவுக்குதான் அணைகட்டித் தடுக்க முடியும், மிதமிஞ்சிய மழை அடிச்சா, அணை தாக்குப்பிடிக்காது" ரமணி சொல்லிவிட்டு கீழ் உதட்டைச் சுழித்தாள். அவள் அப்படிச் செய்வது வழக்கமாக இருக்கலாம். எதைப் பேசினாலும் ரசம் பிசைந்து பேசும் கலை அது.

அர்ச்சனா பல்கிப் பெருகும் உள்ளர்த்தங்களைப் புரிந்துகொண்டு யோசித்துக்கொண்டே சிரித்தாள். அந்தச் சிரிப்பில் சத்தமில்லை யென்றாலும் அழுத்தமிருந்தது, அதைப் பார்த்துக்கொண்டிருந்த ரமணியும் ஏதோவொரு உள்ளர்த்தத்தை ஏற்றிக்கொண்டு சிரித்தாள்.

“ரமணி! நீ எப்பவாச்சும் விரகதாபத்துல தவிச்சிருக்கிறியா?”

“யு ட்யூப் சேனலுக்குப் பேட்டி எடுக்கிறீங்களா வக்கீலம்மா... மடக்கி மடக்கி எதை எதையோ கேட்கிறீங்க...? புருசன் இல்லாம இருக்கீங்க உங்களுக்கு வேணும்னா ஏக்கம் இருக்கலாம் நியாயம்.”

அர்ச்சனா பெருமூச்சு விட்டாள். அந்தப் பெருமூச்சு சரியான பதில்தான்.

“நேரமாகலையா? அவரை இன்னைக்கு ஜாமீன் எடுத்தாகணும் வக்கீலம்மா” என்றாள், அந்த விசயங்களையே பேசுவதைத் தவிர்க்க வேண்டும் என்ற காரணத்தினாலும், கணவனை ஜாமீனில் எடுத்துக் கொண்டு போக வேண்டும் என்ற அவசியத்தாலும் கேட்டாள்.

“நான் மறந்துட்டேன்னு நினைச்சியா? தொழில்ல சின்சியரா இருப்பேன், குமாஸ்தா அண்ணனுக்கு மெஸேஜ் அனுப்பிட்டேன், இன்னைக்கு வாய்தா லிஸ்ட் எல்லாமே அவர்தான் எடுத்துட்டு போயிருக்கார் லாயருங்க யாரும் கோர்ட்டுக்குள்ள போவ மாட்டோம்.”

“போராட்டமா?”

“சென்னையில ஒரு வக்கீல ஒரு இன்ஸ்பெக்டர் அடிச்சிட்டாராம்... அதான் தமிழ்நாடு பூராவும் பாய்காட் பண்றோம்” வெறும் தகவலாகச் சொல்லிவிட்டு “நீ இப்போ தொழில் பண்றியா, இல்லையா?” என்றாள் மீண்டும்.

“தொழில் சொல்லிக்கிற மாதிரி இல்ல வக்கீலம்மா, லாட்ஜிக்கு வர்றவங்களே அவங்கவங்க ஒரு ஜோடியோடதான் வர்றாங்க, ஜோடிசேர்றது ரொம்ப ஈஸியாயிருச்சி, கூட வேல செய்றவங்க, ஒண்ணா படிக்கிறவங்க, ஃபேஸ்புக்குல ஃபிரண்டானவங்க, ட்ரெயின்ல, பிளைட்ல போறப்போ பழகனவங்க, திருவிழாவுல பாத்தவங்கன்னு எப்படியோ ஜோடி சேந்துடறாங்க, சாட்டர்டேவும் சன்டேவும் மட்டும் ஹில்ஸுக்கு வந்து பாருங்களேன் ஜோடி ஜோடியா ஆயிரம் பேராவது வர்றாங்க... அதுல ஒண்ணோ, ரெண்டோ புதுசா கல்யாணமான ஜோடிதான் புருஷன் பொண்டாட்டி, மீதியெல்லாம் இல்லீகல்தான்... மலைக்கு வர்றவங்க இயற்கைய சுத்திப் பாக்கணுமில்லை எதுக்கு பட்டப்பகல்ல லாட்ஜ்ல ரூம் போட்டுக்கிறாங்க? மலைமேல நூறு லாட்ஜிங்க இருக்கு, பிராத்தல் நடக்கிறது நாலஞ்சி லாட்ஜிலதான், ஆனா எல்லா லாட்ஜிகள்லயும் ஜோடிஜோடியா வந்து, பொழப்பு பண்ணிட்டுதான் போறாங்க. அதுக்கு என்னா பேருன்னு தெரியல?” கவலையுடன் முகத்தை வைத்துக் கொண்டு தேநீர் குடித்து முடித்த

குப்பியை வைப்பதெங்கே என்று யோசித்து ஓரம் தரையில் வைத்தாள்.

“எல்லாமே ஈஸியாயிருச்சி, ஜனங்க தப்புப் பண்ணவும் துணிஞ்சிட்டாங்கன்னு சொல்றியா?”

“ஆமா அதனால இனிமே, தனியா தொழில் நடத்திப் பொழைக்க முடியாது, நான் சொல்றதை நம்பலைனா ஒரு சன்டே மலைக்கு வந்து பாருங்களேன், எத்தனை ஜோடிகள் வர்றாங்கன்னு, அதுல கணவன் மனைவி கொஞ்சம் பேருதான்...”

“கணவன் மனைவி லாட்ஜிக்கு எதுக்கு ஆயிரக்கணக்குல செலவு பண்ணிட்டு வர்றாங்க? அவங்க கோர்ட்டுக்குதான வர்றாங்க...” இதுக்கும் அதே சிரிப்பை சிரித்தாள்.

மேசை மேலிருந்த கைபேசி ஒலித்தது, அமைதியாக்கி வைத்திருந்ததால் ஒலிக்கவில்லை. அர்ச்சனா சில நிமிடங்கள் அதில் பேசிக் கொண்டிருந்தாள். என்ன விசயம் பேசுகிறாளென்று யூகிக்க முடியவில்லை. ‘சரி’ ‘சரி’ ‘சரி’ ‘ம்’ ‘ம்’ ‘ம்’ என்ற சொற்களில் என்னதான் புரிந்துகொள்ள முடியும்?

“ஜட்ஜ் வந்துட்டாராமா?”

“ஜட்ஜும் லீவு.”

“அவரை எப்படியாவது ஜாமீன்ல எடுக்கணுமே, ஜெயில்ல எத்தனை நாள்னாலும் இருந்துடுவார், கொசுக்கடியில இருக்க மாட்டார், அவருக்கு ஸ்கின் பிராப்ளம் சொறிஞ்சா புண்ணாயிடும்” கண்களில் பதற்றத்துடன் எழுந்து நின்றாள் ரமணி. பின்புறம் கலைந்திருந்த புடைவையைச் சரிசெய்தாள். மார்பின் மீது ஓரிலையாய்ப் படர்ந்திருந்த முந்தானை மடிப்புகளை ஒழுங்குபடுத்தினாள்.

ரமணியை ஆச்சரியத்துடன் பார்த்தாள் அர்ச்சனா, ‘கணவன் மீது இவ்வளவு பக்தியாக இருப்பவள், எப்படி வேறு ஆண்களிடம் போகிறாள்? இவளை எப்படி, இவளின் கணவனே பலருக்கு அனுப்புகிறான்? மனிதர்களிடம் எளிதாகப் புரிந்துகொள்ள முடியாத பல விசித்திர குணங்கள் இருக்கிறது.’ இன்னொரு முறை கூர்ந்து பார்த்தாள். ரமணியின் உடலை என்னவோ கற்பனை செய்தும் பார்த்துக்கொண்டாள்.

“உட்கார் ரமணி நம்ம அவசரத்துக்கு எதுவும் ஆகாது, கொஞ்சம் பொறு, இன்னொரு ஜட்ஜ் பார்ப்பாரு, உட்கார்.”

ரமணிக்கு உட்கார மனமே இல்லை, பதைபதைப்பாக இருந்தது. இன்று கணவனுக்கு ஜாமீன் கிடைக்காமல் போய்விடுமோ என்ற கவலை மட்டுமே அவளிடம் காண முடிந்தது. கால்களை உயர்த்தி ஜன்னல் வழியாக நீதிமன்றத்தை எட்டிப் பார்த்தாள்.

மறுபடியும் கைபேசி ஒலிர்ந்தது. எடுத்து "ம்" என்றாள், "ம்" என்றாள், "ம்" என்றாள் அர்ச்சனா.

ரமணி புரிந்துகொள்ள முயற்சித்தாள், அது முடியவில்லை.

"வேற ஜட்ஜ் அடிசனலா பார்க்கறாராம், இன்னைக்கு உன் புருசர் வெளியே வந்துடுவார் கவலை வேணாம், சப்ஜெயில்தானே? கோர்ட்டுக்குப் பின்னாலதானே இருக்கு கட்டடம், ஆர்டர் காப்பி வர்றதுக்குள்ள, நானே உன்னை அவர் கிட்ட அழைச்சிட்டுப் போறேன், சரிதானே? உட்கார்..."

ரமணி முகத்தில் நிலா வெளிச்சம் பார்க்க முடிந்தது. உட்கார்ந்து கொண்டாள். "ஏதோ பேசணும்னு...?" மறுபடியும் ஞாபகப்படுத்தினாள். மலையில் நிலம் ஏதாவது வாங்கும் யோசனை இருக்குமோ என்று நினைத்தாள், நிறைய வழக்கறிஞர்கள் மலையில் இடம் வாங்கிப் போட்டிருக்கிறார்கள். அப்படி வாங்கினால் கமிசன் கிடைக்கும்.

"நீ காசுக்காக மட்டுமே போவியா, தேவையாவும் இருக்குமா?"

ரமணி பதில் சொல்லவில்லை, இதென்ன கேள்வி என்கிற மாதிரி உதடுகளைக் கடித்து, வெட்கம் போல் ஏதோவொரு செயற்கை பாவனையைக் காட்ட முயற்சி செய்தாள். என்ன பதில் சொன்னால் பொருந்துமென்று, அவளுக்குள் தேடுவது தெரிந்தது, அப்புறம் பதிலைக் கண்டுபிடித்துவிட்டது தெரிந்தது, அதை எப்படிச் சொல்வதென்று யோசித்துவிட்டுச் சொன்னாள் "ஓட்டல் நடத்தறவங்க பசிக்கும், ருசிக்கும் உட்கார்ந்து சாப்பிட முடியாது. சாப்பிட வந்தவங்கள கவனிக்கணும்."

"உனக்குப் பசிக்காதா?"

அர்ச்சனாவை ரமணி கூர்ந்து பார்த்தாள், பார்வையிலேயே அவளுக்குப் பதிலைக் கடத்த பார்த்தாள், மேலிமைகள் இரண்டு முறை கால் விழியளவு இறங்கி ஏறின "பசியும், ருசியும் ஒரு காலம், உயிர் வாழறதுக்கும் சாப்பிட்டுதானே ஆகணும்...?" அர்ச்சனா இந்தப் பதிலுக்குள் சில நிமிடங்கள் உறைந்துபோனாள்.

“இப்போ ரொம்ப ரொம்ப குறைச்சிட்டேன், அதுக்காக நிறையக் கேர்ள்சுங்க வருதுங்க, லோக்கல் இல்லை, பெங்களூரு, ஐதராபாத், கேரளாலருந்து வருதுங்க...”

“இங்கித்தி பொண்ணுங்க அங்கே போவாங்களோ...?”

“ஆம்மா.”

அர்ச்சனா மேசைமேலிருந்த பேனாவின் மூடியை எடுத்து, வாயில் கடித்துக் கொண்டாள். பேனாவில் ஏதோ கிறுக்கினாள். கிறுக்கல்களை நிறுத்தி வட்டங்கள் போட்டாள். ரமணியைப் பார்த்தாள், “பொண்ணுங்கள வெச்சுத் தொழில் பண்றீங்க இல்ல? பையன்கள வெச்சும் தொழில் பண்றீங்களா? அப்படி இருந்தா எனக்குச் சொல்லேன்...” பேனாவை எடுத்து மூடியில் சொருகினாள்.

★★★

நாராயணி கண்ணகி

சொந்த ஊர் திருப்பத்தூர் மாவட்டம் ஜோலார்பேட்டை. தொண்ணூறுகளிலிருந்து வெகுசன பத்திரிகைகளில் எழுதி வருகிறார். குறிப்பாக போட்டிகளில் கலந்துகொண்டு வெற்றி பெறுவார். ஸீரோ டிகிரி பதிப்பகம் நடத்திய இலக்கியப் போட்டியில் இவர் எழுதிய ‘வாதி’ நாவல் மூன்றாம் பரிசு பெற்றது, ‘வாதி’ நாவல் இவரை இலக்கியவாதியாகவும் நிரூபித்தது.

நான்கு திரைப்படங்களில் உதவி இயக்குனராகப் பணிபுரிந்துள்ளார். எண்ணற்ற திரைப்படங்களின் கதை விவாதங்களில் பங்காற்றியுள்ளார். இரண்டு தொலைக்காட்சி மினித்தொடர்களுக்கு வசனம் எழுதி இருக்கிறார்.

எண்ணற்ற பரிசுகள் வாங்கி இருந்தாலும், மறக்க முடியாத விருதாக இவர் நினைப்பது கலைஞரின் வாழ்நாள் சாதனைகளை மையமாக வைத்து இவர் எழுதிய ‘கருந்தீ’ புதினம், நன்னன் அண்ணல் புதினப் போட்டியில் இரண்டாம் பரிசு பெற்றது. இந் நாவலைக் கலைஞர் கருணாநிதி வெளியிட்டார்.

அமரர் கல்கி நூற்றாண்டு விழா சிறுகதைப் போட்டியிலும் மினித் தொடர்கதைப் போட்டியிலும் முதல் பரிசுகளைப் பெற்றார். குமுதம் சிறுகதைப் போட்டியில் வைரமோதிரம் வென்றார். யாவரும் பதிப்பகம் நடத்திய குறுநாவல் போட்டியில் பரிசு வென்றார்.

திரள்கனி

சவிதா

எனக்கு என் ஒன்பதாம் வகுப்பு பி' செக்ஷனைப் பிடித்துப் போய்விட்டது. ரொம்ப பயந்துவிட்டிருந்தேன். அதற்குமுன் நான் ஆண்கள் பெண்கள் பள்ளியில் படித்ததே இல்லை. அப்படிச் சொல்லக் கூடாதாம்... அதற்கு வேறு பெயர் ஆங்கிலத்தில் இருக்கிறதாம். கேட்டிருக்கிறேன். ஆனால் மறந்துவிட்டது. எனக்கு அவ்வளவுதான் இங்கிலிஷ் தெரியும். ஆனால் இந்தக் கிராமத்தில் இந்தப் பள்ளியில் பொறுத்தவரை எனக்குதான் இங்கிலிஷ் அதிகமாகத் தெரியும். சிரிக்காதீர்கள். ஆண்-பெண் ஒன்றாகச் சேர்ந்து படிக்கும் பள்ளியின் பெயர்கூட எனக்குத் தெரியவில்லை என்றுதானே சிரிக்கிறீர்கள். 'எனக்குச் சிலது மட்டும்தான் தெரியாது. சொல்லிக் கொடுத்துப் பாருங்கள். நன்றாகக் கற்றுக்கொள்வேன்...' இப்படிச் சொன்னதற்கு என்னை தெய்வானை முறைத்தாள். அவள் முறைக்கும் காரணம் என்னவென்று சொல்கிறேன்.

உங்களுக்கு சைக்கிள் ஓட்டத் தெரியுமா? எனக்குத் தெரியாது. இதற்குதான் அவள் முறைக்கிறாளா? இல்லை. கூடுதலாக ஒரு காரணம் இருக்கிறது. எனக்கு சைக்கிள் ஓடிக்கொண்டிருக்கும்போது பின்னால் கேரியரில் ஓடிப்போய் ஏறவும் தெரியாது. அதுதான் அவளுடைய கோபம். நான் சைக்கிளை நிறுத்தினால் ஏறி அமர்ந்து

கொள்வேன். ஆனால் ஓட ஓட ஏற பயம். அவளுக்கு என்னை நிறுத்தி ஏற்றிக்கொள்ளத் தெரியாது. இதற்குக் கஷ்டப்பட்டுக் கொண்டு சைக்கிளில் இருவர் பைகளையும் வைத்துக்கொண்டு பேசிக்கொண்டே சைக்கிளைத் தள்ளிக்கொண்டு செல்வோம். எனக்கு லேடிபேர்ட் சைக்கிள் வாங்கவேண்டுமென ஆசை. இப்போதில்லை மூன்றாம் வகுப்பு படிக்கும்போதிருந்தே ஆசை. அம்மாவிடம் கேட்டுக் கொண்டே இருந்தேன்.

அம்மா ஐந்தாவது லீவின்போது எனக்கு கால் எட்டும் என முடிவு செய்து என்னை முரளி மாமாவிடம் அனுப்பி சைக்கிள் கற்றுக்கொண்டு வரச் சொன்னாள். முரளி மாமா என்னைவிட உயரம். 9ம் வகுப்பு படித்தான். அவன்தான் என்னுடைய ஹீரோ. ஹீரோ சைக்கிள் வைத்திருந்தான். அவ்வப்போது டவுனுக்குப் போய் படங்கள் பார்த்துவிட்டு வந்து என்னிடம் அந்தக் கதாநாயகர்கள் போல ஆடிக் காண்பிப்பான். சைக்கிளை கையை விட்டுவிட்டு ஓட்டிக் காமிப்பான். என்னை சைக்கிளை நிறுத்தி அதன்பின் ஏற்றிக் கொண்டு போவான்.

எங்கள் ஊரில் நாங்கள் இருவரும் போவதைப் பார்த்துச் சிரிப்பார்கள். ‘முரளியத்தான் கட்டிப்பியா?’ என்று கேட்பார்கள். எனக்கு சந்தோஷமாய் இருக்கும். கல்யாணமென்றால் எவ்வளவு சாப்பிடலாம் என ஆசையாய் இருக்கும். முரளி மாமாவை கையிலேயே பிடிக்க முடியாது. இப்போது நினைத்தால் கடுப்பாக இருக்கிறது. ஒருவேளை அந்த தைரியத்தில்தான் அவன் அப்படி நடந்துகொண்டிருப்பானாயிருக்கும்.

சைக்கிளுக்கான காசுடன் அவனிடம் போனபோது என் கால் எட்டுவதற்கேற்ப ஒரு சைக்கிளை எடுத்துக் கொடுத்தான். ‘நான் ரோட்டில் கத்துக்கொள்கிறேன்’ என்றதைக் கேட்காமல் ஹைஸ்கூலின் க்ரவுண்டுக்குக் கூட்டிச் சென்றான். சிரித்துக் கொண்டே இருந்தான். எனக்கு ஒரு சேமியா ஐஸ் வாங்கிக் கொடுத்தான். அப்புறம் என்னென்னவோ சொல்லிக் கொண்டிருந்தான். அவையெல்லாம் என் உலகத்துக்குள் வரக்கூடாதவை என எனக்கு அப்போதே புரிந்து விட்டது. அதற்குப் பிறகு எனக்கு பயம் பிடித்துக் கொண்டது. என்னை முன்னால் உட்கார வைத்து என் பின்னால் அமர்ந்துகொண்டு அவன் சத்தியமாய் சைக்கிள் ஓட்டக் கற்றுக் கொடுக்கவில்லை. அன்று அவனை விட்டு ஓடி வந்ததுதான். இத்தனை வருடமாயிற்று. இன்னும் அவனிடம் நான் பேசுவதில்லை.

இதனால்தான் நான் சைக்கிள் கற்றுக்கொள்ளவில்லை என்று

தெய்வானையிடம் எப்படிச் சொல்ல முடியும். ய்யே.. அசிங்கமில்லை? அவள் நான் பயந்துகொண்டிருப்பதாகவே நினைத்துக் கொள்ளட்டும். இந்த ஸ்கூலில் சேர்ந்து நான்கு மாதங்களுக்குப் பிறகு இன்று எனக்கு ஓரளவு இங்கிலிஷ் தெரியும் என நானே நம்புவதற்குண்டான சந்தர்ப்பம் வந்தது.

பக்கத்து க்ளாஸ் டென்த் பி'. அங்கிருந்து சுதா அக்கா தமிழ் பாடவேளையின் போதே வந்தாள். கனகசபாபதி சார் பாடம் நடத்திக் கொண்டிருந்தார். தமிழ்ப்பாடம் மை ஃபேவரைட். பாருங்கள். எனக்கு இங்க்லீஷ் எவ்வளவு தெரிகிறது. என்னை கலைவாணி டீச்சர் அழைத்ததாகச் சொல்லவும், சார் என்னை அனுப்பி வைத்தார். அப்படியெல்லாம் வகுப்புக்கு நடுவில் அனுப்பி வைத்தால் மொத்த பேரும் என்னைப் பெருமையாகப் பார்ப்பார்கள், அப்படியே பெருமிதமாக நான் சுதா அக்காவுடன் சென்றேன். பள்ளியில் ஆணுக்கும் பெண்ணுக்கும் தனித்தனி செக்ஷன். அதனால்தான் எனக்குப் புதுசாக இல்லாமல் இந்தப் பள்ளியைப் பிடித்திருந்தது. .

டீச்சர் போர்டில் என்னமோ எழுதியிருந்தாள். டைரக்ட் இன் டைரக்ட் ஸ்பீச். ஆங்கில இலக்கணம் நடத்துகிறார். பத்தாவது பெண்கள் என்னைக் கடுப்பாகவும் எரிச்சலாகவும் பார்த்துக்கொண்டிருந்ததை உணர முடிந்தது. டீச்சர், கீழே இருந்த வாக்கியத்தைப் படிக்குமாறு கூறினார். He said, “Alas! I lost my purse”... நான் படித்தேன். பொருள் சொல்லுமாறு கேட்டார். “அய்யோ! என் பர்ஸ் தொலைந்து விட்டது”. நான் சொல்லி முடித்ததும் அங்கு ஒரு அசாதாரணமான அமைதி நிலவியது. எனக்கு மொத்தமாக அங்கிருந்த பெண்களைப் பகைத்துக்கொண்டோமெனப் புரிந்துபோனது.

டீச்சரின் முகம் வழிந்து நிறைந்தது. டீச்சர் எங்களுக்கு சமூக அறிவியல் எடுக்கிறார். என் க்ளாசில் நிறையப் பேர் அவரிடம் ட்யூஷனுக்குச் செல்கிறார்கள். நான் இதுவரை ட்யூஷனுக்கே சென்றதில்லை. எப்படியோ என் ஆங்கில ஆர்வத்தைத் தெரிந்திருக்கிறார். தன் பையிலிருந்து தேடி ‘இதுகூட தெரியல இவளுகளுக்கு’ என்றபடியே எனக்கு சாக்லெட்டை கொடுத்தார். வாங்கி வாயில் போட்டுக் கொண்ட பிறகுதான் அப்படிச் செய்திருக்கக் கூடாது எனப் புரிந்தது. அப்புறம் என் வகுப்புக்கு வந்து விட்டேன். தெய்வா ‘என்ன என்ன’ என்று நச்சரிக்க. லன்ச்சில் நான் சொல்வதற்கு முன் ஸ்டாஃப் ரூமுக்கு வரச் சொல்லி ஆள் வந்து விட்டது. கலைவாணி டீச்சர்தான். என்

விவரங்களை விசாரித்தவர். அவர் சாயந்திரம் நடத்தும் ட்யூஷனில் ஏன் சேரவில்லை என்று விசாரித்தார். அம்மா இருபத்தைந்து ரூபாய்க்கு யோசித்ததைச் சொல்லத் தயக்கமாக இருந்தது, நாளையிலிருந்து அம்மாவிடம் சொல்லிவிட்டு வரச் சொன்னார்.

அம்மாவிடம் சொல்ல அவளே ட்யூஷனுக்கு உடன் வந்தாள். டீச்சரும் அம்மாவும் பாசமாகப் பேசிக்கொண்டனர். 'நல்லா படிக்கறாளே, ட்யூஷன் எதுக்குன்னுதான் அனுப்பல', என்று அம்மா சொல்ல, 'வீட்ல இருக்கறதுக்கு இங்க அனுப்புங்க. நான் ஸ்டேட் ஃபர்ஸ்ட் வர வைக்கிறேன்', என்றார் கலைவாணி டீச்சர். எனக்கு திக்கென்று இருந்தது. எனக்கு வகுப்பில் செல்வநாயகியை முந்துவதற்கே பாடாய் இருந்தது. அம்மாவுக்கும் அதில் நம்பிக்கையில்லை. ஆனால் டீச்சருக்காக ஒத்துக்கொண்டாள்.

நான் அங்குதான் சார்லஸைச் சந்தித்தேன். சந்தைப்பேட்டையைச் சேர்ந்தவன். பெண்கள் எல்லாம் முன்னாடி உட்கார ஆண்களெல்லாம் பின்னாடி. அதனால் எனக்கு எவனையும் தெரியாது. நான் ஒன்பதாவது தான் அந்தப் பள்ளியில் சேர்ந்திருந்தேன். அதற்கு முன்னாடியெல்லாம் செக்ஷனில் பாய்ஸ் கேர்ள்ஸ் எனத் தனியாகப் பிரிக்கவில்லையாம். நான் வந்த வருடம்தான் பிரித்திருக்கிறார்கள். சார்லஸ் மணி சாரின் வலது கை. எதற்கெடுத்தாலும் 'சார்லஸ்' என்பார் மணி சார். மணி சார் யாரென்று சொல்ல மறந்துவிட்டேன். கலைவாணி டீச்சரின் கணவர். அவர் வாத்தியாரா என்றால் இல்லைதான். ஆனால் இப்போது இல்லை. முன்னாள் வாத்தியார்தான்.

அதாவது கலைவாணி டீச்சரும், சாரும் ஒரே ஸ்கூலில் அதாவது எங்கள் ஸ்கூலில் பணிபுரிந்திருக்கிறார்கள். கலைவாணி டீச்சரின் அழகில் மயங்கிய பலரில் டீச்சர் மணிசாரை மட்டுமே விரும்பியிருக்கிறார். காதல் திருமணம். ஆனால், பள்ளியின் டிசிப்ளினைக் கெடுத்த காரணத்தால் சாரை வேறு இடத்தில் மாறுதல் வாங்கிக் கொண்டு செல்லும்படி ஹெச்எம் சொல்லிவிட்டாராம். சாருக்கு ரொம்ப ரோஷமாம். அதனால் வேலையையே வேண்டாமென எழுதிக் கொடுத்து விட்டு ஈபியில் பரிட்சை எழுதி வேலை வாங்கிக் கொண்டுவிட்டார். என் மணி சார் அப்படி புத்திசாலி. இந்தக் கதையைக் கேட்டவுடன் எனக்கு மணிசாரை ரொம்பப் பிடித்துவிட்டது. நான் மணிசார் மாதிரிதான் ஒருத்தரைக் காதலிப்பேன். நான் இதை தெய்வாவிடம் சொன்னேன். அவள் முகம் சுளித்தாள்.

'கறுப்பா இருக்காருடி... நீ பாரு... எவ்ளோ செவப்பு' என்றாள். அவளுக்கு வேறு வேலையே இல்லை. எப்போது பார்த்தாலும் அதைப் பற்றித்தான் பேசுவாள். எங்கள் ஸ்கூலில் பாத்ரூம் வசதியெல்லாம் கிடையாது. அப்படியே ஸ்கூலின் சைடு ரோடு வழியாகப் போனால் புதராக இருக்கும். அவரவர் போய்விட்டு வந்து விடுவோம். தெய்வானை கூடவே வருவாள். நான் பாவாடையைத் தூக்கும்போதெல்லாம் வெறித்த கண்களுடன் பார்க்கத் தொடங்குவாள். நான் 'தெய்வா' என மிரட்டியதும் திரும்பி நின்று கொள்வாள். அப்புறமும், 'ஏய்.. இன்னும் மேல போகப் போக சிவப்பா இருப்பியா?' என்று கேட்டாள். எனக்கு அது வித்தியாசமான உணர்வைத் தந்தது. குளிக்கும்போது பார்த்தால், என் உடலில் வெளியில் தெரியும் நிறத்தை விட உள்ளே சிவப்பாக இருந்தது. ரசிக்க சில விஷயங்களும் என்னிடம் இருந்தது. மேற்கூரையற்ற அந்த பாத்ரூமில் வெயில் என்மேல் சில ஜாலங்களைக் காட்ட, நான் குளிக்கும் நேரம் சற்றே அதிகப்பட்டது.

நான் சார்லஸைப் பற்றிச் சொல்லிக்கொண்டிருந்தேன். அவனைத்தான் மணி சார் எல்லாவற்றுக்கும் கூப்பிடுவார். அதனால் அவன் முகம் மட்டும்தான் எனக்குத் தெரியும். எனவே எனக்குத் தெரிந்த சம வயது வாலிபனை நான் ரசிக்க ஆரம்பித்தேன். ஆனால் ஒருநாள் அவன் சைக்கிளில் எதையோ பெரியதாக வைத்துக் கட்டிக்கொண்டு சென்றான். நான் உற்றுப்பார்த்ததில் அது ஒரு ஆடு. வாயைக்கட்டி, காலைக்கட்டி கேரியரில் வைத்துக் கட்டியிருந்தான். அன்றிலிருந்து நான் அவன் முகத்தைப் பார்த்தால் எனக்கு அந்த ஆட்டின் ஞாபகமே வந்து கொண்டிருந்தது. தெய்வாவுக்கு என்னுடைய முதல் ஆசையே விளங்காமல் போனதில் பயங்கர சந்தோஷம்.

தெய்வாவுக்கு கன்னங்கள் இரண்டும் பன் போல இருக்கும். எனக்கு அதைக் கிள்ளிக்கொண்டே இருப்பது ரொம்ப பிடித்திருந்தது. அவள் கன்னத்தை நான் கிள்ளிக் கொண்டிருக்க, மணி சார் எரிச்சலானார். 'இப்படியே போச்சுன்னா, உங்க ரெண்டு பேருக்கும் கல்யாணம் பண்ணி வெச்சுருவேன்' என்பார். எல்லோரும் சிரிப்போம். மணிசாரின் தலைமுடி எனக்கு ரொம்பப் பிடிக்கும். அவரின் சிரிப்பு கூட. சுத்தமாக இருப்பார். லுங்கி கட்டிக்கொண்டு, ஒரு சட்டை போட்டுக்கொண்டு துலங்கிய விபூதியுடன் போர்டுக்கு அருகில் வருவார். கையில் புத்தகத்தில் ஒரு பக்கத்தில் விரலை வைத்து அடையாளம் வைத்துக்கொண்டிருப்பார். சாக்பீஸ் என சார்லஸிடம் கேட்க, அவன் வந்து கொடுத்தவுடன் போர்டில் கணக்கைப் போட ஆரம்பிப்பார்.

அதற்குப் பிறகு எனக்குப் புறவுலகு மறந்துவிடும். கட்டைவிரலையும் ஆட்காட்டி விரலையும் யூ மாதிரி வைத்து சமன்பாட்டைச் சொல்லிக் கொடுத்தார். அல்ஜீப்ராவில் நான் ஜீப்ராவானேன்.

ஒரு கணக்கைப் போட்டு முடித்துவிட்டு அடுத்த கணக்கிற்காக எங்களுக்குத் தரும் நேரத்தில் நான் எப்பொழுதும் வேகமாக முடித்துவிட்டு முந்திக்கொண்டு நோட்டைத் தூக்கிக்கொண்டு முதலில் போவேன். ஒவ்வொரு முறையும் முதல் முறையைப் போலவே, மகிழ்ந்து சிரிப்பார். அவருக்கு நான் கணக்கு நன்றாகப் போட்டால் அவ்வளவு மகிழ்ச்சி என்று நன்றாகத் தெரியும். வேறு யாராவது கொண்டு போனால் எனக்குக் கடுப்பாகிவிடும். அதுவும் சாருக்கு புரிந்துவிடும். சாக்பீஸைத் துண்டாக ஒடித்து முறைக்கும் என்மேல் தூக்கி எறிவார். ‘கணக்குல கவனமா இரு அய்யச்சி’ என்பார்.

எனக்கு ஸ்கூலில் தொந்தரவு இருப்பதாகத் தெரியவில்லை. ஆனால் ஒவ்வொன்றாக என் காதுக்கு வரத் தொடங்கியது. செல்விதான் சொன்னாள். செல்வி யார் தெரியுமா? அவள் ஐந்து கிலோமீட்டர் தள்ளியிருக்கும் ஊரிலிருந்து சைக்கிளில் வருபவள். ஆம் அந்த லேடிபேர்ட் சைக்கிளில். கழுத்தில் தங்கத்தில் செயின் போட்டு வருவாள். தாவணியுடன் பார்க்க வெகு அழகாக இருக்கும். பூ இல்லாமல் வரவே மாட்டாள். குழந்தையின் கைகள் போல நிறம் கொண்ட ரோஜாக்களை எடுத்து வருவாள். நான் பேசினால் எவ்வளவு சத்தம் வருகிறது. அதுவும் நானும் தெய்வாவும் பேசினால் ஒரே சளசள. ஆனால் செல்வி பேசினால் சத்தமே வராது. அமைதியாய், இருக்கும் இடம் தெரியாமல் இருப்பாள். எனக்கும் தெய்வாவுக்கும் பிறகு அவள் நெருங்கியவளாக இருந்தாள். அப்போதுதான் சொன்னாள். சார்லஸ் அவனை நான் விரும்புவதாக எல்லா பசங்களிடமும் சொல்லியிருக்கிறானாம். எனக்கு மறுபடியும் ஆட்டு மூஞ்சி ஞாபகத்துக்கு வந்தது.

நான் தெய்வாவிடம் சொன்னேன். வேறென்ன செய்வது. அவள்தான் இந்த விஷயத்தில் எல்லாம் கில்லாடி. அவளுடைய அண்ணனைக் கேட்டுச் சொல்வதாகச் சொல்லியிருந்தாள். ஒரு நாள் சார்லஸ், செல்வியிடம் வந்து ‘என்னைப் பற்றி என்ன சொன்ன’ என்று விசாரித்தானாம். செல்வி ‘என்னை எதுக்கு மாட்டிவிட்ட? என்று கேட்க எனக்கு பதில் சொல்லத் தெரியவில்லை. அப்புறம் அவளே வந்து சார்லஸ் இப்போதெல்லாம் ‘நாந்தான் அந்தப் பொண்ண பார்த்தேன்.

அது திரும்பிக்கூட பார்க்க மாட்டேங்குது' என்று செல்வியின் காதில் கேட்கும்படி சொல்லிவிட்டுப் போனானாம்.

செல்வி என்னிடம் 'உனக்காக தெய்வா அண்ணன் ஏதோ செஞ்சுருக்கான் போல' என்று சொல்லவும் என் பார்வை தெய்வா அண்ணனின் மேல் படிந்தது. அதுவரை நான் அவனைக் கண்டுகொள்ளவேயில்லை. இப்போது பார்த்தால் ஆள் பரவாயில்லை. நன்றாகத்தான் இருக்கிறான். ஓரிருமுறை தெய்வா வீட்டிற்குச் சென்றபோதெல்லாம் அவனைப் பார்த்திருக்கிறேன். எழுந்து போய்விடுவான். இந்தமுறை நான் போயிருந்தபோது அயர்ன் செய்துகொண்டிருந்தான். தெய்வா என்னை உட்கார வைத்துவிட்டு நோட்டைத் தேடிக்கொண்டிருந்தாள். நான் பின்னாலிருந்து அவனைப் பார்த்தால் சட்டையில் அயர்னில் சதுரம் சதுரமாக மடித்த மாதிரி டிசைன் வித்தியாசமாகத் தெரிய, 'இது எப்டி பண்ணீங்க ண்ணா?' எனக் கேட்டேன். சட்டெனத் திரும்பி முறைத்தான். நான் பயந்துவிட, தெய்வா 'கேட்டா சொல்லேன். எதுக்கு முறைக்கற?' என்று பாய்ந்தாள். என்னையும் 'என்ன அண்ணன்... அப்றம் எங்கம்மா என்னையும் அப்டியே கூப்ட சொல்லும். பேசாம செந்தில்னே கூப்பிடு' எனச் சொல்ல, அவன் முகம் சாதாரணமாய் ஆயிற்று. அப்புறமாக ஒருநாள் நான் அண்ணா என்று கூப்பிட்டதால் கோபப்பட்டதாகச் சொன்னான்.

ஆமாம். அப்புறமாக ஒருநாள் நாங்கள் காதலிப்பதாக நம்பிக் கொண்டோம். லெட்டர் எல்லாம் எழுதிக்கொண்டோம். நான் பாடல்களில் சஞ்சரிக்க ஆரம்பித்தேன். எனக்காக அவன் கவிதை எழுத ஆரம்பித்தான். சைக்கிளில் என் வீட்டின் முன்னால் அடிக்கடி வந்தான். என் தாவணிகள் கலர் கலராக மாறிக்கொண்டிருந்தன, இப்போதெல்லாம் பாடல்களில் என்னுடன் முரளி மாமாக்கு பதில் அவனை நிறுத்தி ஆட ஆரம்பித்திருந்தேன். கனவில்தான்.

அந்த ரசாயன மாற்றங்கள் நிகழ ஆரம்பித்த பின், ஒருநாள் செந்தில் என்னை பயங்கரமாகக் கோபித்துக்கொண்டான். என்னை க்ளாஸ் ஜன்னலில் வந்து பார்க்கவில்லை. சைக்கிளில் என்னைக் கடக்கும்போது பெல் அடிக்கவில்லை. வேண்டுமென்றே என்னைப் பார்க்காமல் நேராகப் பார்த்துக்கொண்டு போனான். ஒருநாள் கூட எனக்குத் தாங்க முடியவில்லை. அப்புறம் சைக்கிள் ஸ்டாண்டில் நின்று என்னவென்று கேட்டேன். திரும்பிப் பார்க்காமல் போனான். அழுகையாக வர, தெய்வா வேறு என்னவென்று கேட்டுக்கொண்டிருந்தாள். 'செவன்

மைனஸ் ஃபோர்' என்றேன். அப்படியென்றால் பீரியட்ஸ் என்று அர்த்தம். அப்புறமாய் கோபத்துக்கான காரணத்தை லெட்டரில் எழுதி நோட்ஸில் வைத்துக் கொடுத்துவிட்டுப் போனான். நோட்ஸை தெய்வாவின் பேகில் அவளுக்கே தெரியாமல் வைத்துவிடும்படி எழுதியிருந்தான்.

கோபத்துக்கான காரணம் நான் புதிதாகத் தைத்திருந்த ப்ளவுஸ்தான். கழுத்து கொஞ்சம் கீழே இறக்கி தைக்கப்பட்டிருந்தது. அதற்குதான் கோபித்துக்கொண்டானாம். எனக்கு உலகமே இடிந்துபோயிற்று. பின்னே... நாங்கள் எவ்வளவு உண்மையான காதலர்கள். அவன் மனது காயப்படும்படி நான் இப்படியெல்லாம் நடந்திருக்கக் கூடாது. இப்படி எங்களுக்குள் சண்டை வரக் காரணமாயிருந்த ப்ளவுசை அம்மாவுக்குத் தெரியாமல் அடுப்பில் போட்டேன்.

அம்மா ப்ளவுசை கண்டுபிடிக்க, தெரியாமல் விழுந்ததென பொய் சொல்லி அழுதேன். எனக்கு என் நடிப்புத் திறமையின் மேல் நம்பிக்கை வந்தது... அப்போது எனக்கு ஜெய்கணேஷ் அறிமுகமானான். அவன் ப்ளஸ்டூ. பெரிய பையன். ஒருநாள் பள்ளிக்கு லேட்டாகிவிட, வேகவேகமாய் போய்க்கொண்டிருந்தேன். கண்டிப்பாக பெல்லடித்திருப்பார்கள். திடீரென சைக்கிள் மணிச்சத்தம் கேட்டு பயந்தேன். ரோட்டில் ஒற்றை ஆளில்லை. இவன் வருகிறான். என்னருகே ஸ்டேண்ட் போட்டு நிறுத்திவிட்டான். முதல் முறையாக அவனைப் பார்த்தேன். அவனைப் பார்த்ததும் 'சே... இன்னும் கொஞ்சம் பொறுமையாக இருந்திருக்கலாம்' என எனக்குத் தோன்றியது. அடுத்த கணமே என் உண்மைக்காதல் நினைவுக்கு வர, 'ச்சே... செந்தில்... மை டியர் செந்தில் என்னை மன்னிச்சுருடா...' அந்த எண்ணத்திற்காக மானசீகமாக மன்னிப்பு கேட்டுவிட்டு வேகமாய் ஓடிப்போனேன். போன வேகத்தில் நோட்டிலிருந்து இரண்டு பேப்பரைக் கிழித்து செந்திலுக்கு லெட்டர் எழுதி அவனுக்கு நோட்ஸில் வைத்துக் கொண்டு போய் கொடுத்தவுடன்தான் என் குற்றவுணர்வு போனது.

எனக்கு லெட்டர்களை நன்கு மறைத்து வைக்கத் தெரியும். செந்தில் எழுதிக் கொடுத்ததை அப்படித்தான் மறைத்து வைப்பேன். அட்டை போட்ட புத்தகத்தில் அட்டையின் மறுபக்கம் வைப்பேன். ரேடியோவின் பின்னாடி ஸ்க்ரூவை திறந்து அதற்குள் வைப்பேன். நோட்டில் வைக்க முடியாது. அம்மா ப்ளவுஸுக்குள் பணத்தை வைத்திருப்பதைப் பார்த்திருக்கிறேன். அதுபோல வைத்துக் கொள்ள ஆரம்பித்தேன்

நான் லெட்டரில் வரைந்திருந்த இதயங்களைக் கண்டு, செந்தில் இன்னமும் என்மேல் அதிகமாகக் காதலிக்க ஆரம்பித்தான். ஆமாம். இனிமேல் இடுப்பு தெரிகிற மாதிரி தாவணி கட்டக் கூடாது. க்ளாசில் சத்தம் போட்டுச் சிரிக்கக் கூடாது. ட்யூசனில் பின்னால் திரும்பி பாய்ஸ் பக்கம் பார்க்க கூடாது என்றெல்லாம் விதம்விதமாக ரூல்ஸ் போட்டு ஆழமாகக் காதலித்தான். ஆமாம். அவன் என் ட்யூஷனுக்கும் வந்து சேர்ந்துவிட்டான்.

மணி சாருக்கும் எனக்கும் நடக்கும் சம்பாஷணைகளில் அவன் பல்கடித்தது எனக்குத் தெளிவாகக் கேட்டது. நான் பயந்தது போலவே அவன் சாரை விட்டு என்னை எட்டியிருக்கச் சொன்னான். நான் மறுத்தேன். இதற்கு மட்டுமே நோட்டைக் கிழித்துக் கிழித்து மாறி மாறி லெட்டர் எழுதியதில் நோட்டு தீர்ந்துபோயிருந்தது. ஒரு நாள் தெய்வாவுடன் போய்க்கொண்டிருக்கும்போதே நடுவில் நிறுத்தி அவளைத் தள்ளிப் போகச் சொன்னபோது அவள் என்னை நம்ப முடியாமல் பார்த்தாள். எனக்கு யாரை சமாளிப்பது எனப் புரியவில்லை. அவன் மிரட்ட பேசாமல் ‘உன்னை அம்மாகிட்ட சொல்லி வெச்சுக்கறேன். இரு’ என்றபடியே என்னை முறைத்து விட்டு சைக்கிளில் ஏறிச் சென்றுவிட்டாள்.

செந்தில் என்னை இப்படி முறைத்து நான் பார்க்கவேயில்லை. பேசக்கூட இல்லை. இப்படியே தெருவில் முறைத்துக்கொண்டே நின்றால் எனக்கு பயமாய் இருந்தது. சொல்லித் தொலையேன் என மனதில் சொல்லிவிட்டு ‘என்னனு சொல்லுடா. லேட்டாவுது’ என்று கேட்ட பின்னும் யோசித்துப் பின்னால் திரும்பி நின்று கைகட்டிக் கொண்டு பெரிய மனித தோரணையில், ‘மணி சார்ட்ட இனிமே பேசக்கூடாது’ என்றான். ‘பைத்தியமா உனக்கு’ என்று அவனைக் கோபத்தில் திட்டியபோது, எனக்கு அது ‘உண்மையாக இருக்குமோ’ என்ற சந்தேகமும் உள்ளே வந்தது. அவன்... ‘ஆமாண்டி... அவன் உன் இடுப்பையே பார்க்கறான். என்னைக்கூட பார்க்கக்கூடாதுன்னு சொல்லிட்டு இளிச்சுட்டு நின்னு அவன்கிட்டயே காமிச்சுட்டு இரு’ என்றான். நான் அதிர்ந்துபோனேன். மணி சார் அப்படியெல்லாம் கிடையாது. நான் கையிலிருந்து வீசுவதைப் போல, கையாட்டிவிட்டு, ஐ ஹேட் யூ என ஹீரோயின் போலச் சொல்லிவிட்டுப் போய்விட்டேன். அவன் ‘தமிழ்ல சொல்லிட்டு போடி’ என்று கத்தினான். நான் ‘உன்னை எனக்குப் பிடிக்கல’ என்று சொல்லிவிட்டுத் திரும்பி நடந்தேன். விக்ரமனின் படத்தில் மோகினி கலெக்டருக்குப் படித்து பழிவாங்குவது

போல் பழிவாங்கவேண்டுமென நினைத்துக் கொண்டேன்.

நான் லவ் ஃபெய்லியர் ஆகி என் படிப்புலகத்திற்குச் செல்லும்போது என் மார்க்குகள் கணிசமாகக் குறைந்திருந்தன. தெய்வா ஒரு பையனை லவ் செய்ய ஆரம்பித்திருந்தாள். பத்தாங்கிளாஸ் அக்காக்கள் என்னிடம் கிராமர் கற்றுக்கொண்டு விளக்குமாவை கொடுத்துவிட்டுப் போனார்கள். நாங்கள் பத்தாங்கிளாஸ் போய்விட்டோம். டீச்சர் மறுபடி ஸ்டேட் ஃபர்ஸ்ட் கனவைப் பற்றிப் பேசினார். ஹெட்மாஸ்டர் என் பேப்பர்களைக் கண்காணிக்க ஆரம்பித்தார்.

ஆனால் இப்போதெல்லாம் மணி சார் நான் முதலில் கணக்கை எடுத்துக் கொண்டு போனால் கூட என்னை அப்படியெல்லாம் மகிழ்ச்சியாகப் பார்ப்பதில்லை. செல்வியின் நோட்டைத்தான் முதலில் வாங்குகிறார். ஒருவேளை செந்தில் சொன்னது போல் அவர் இடுப்பை பார்க்கிறாரா என்று டெஸ்ட் செய்ததில்தான் எனக்கு விஷயமே புரிந்தது. முதலில் என் இடுப்பே வெளியே தெரியாமல்தான் நான் தாவணி கட்டிக்கொண்டிருக்கிறேன். லூசு செந்தில் எதற்காக இப்படிச் சொன்னான் என்றே புரியவில்லை. இப்படித்தான் சேஃப்டி பின் போட்டு தாவணி கட்டிக்கொள்கிறோம். பக்கத்து வீட்டுப் பூங்கொடி அக்கா ‘இதுக்கு எதுக்குடி தாவணி? எல்லாம் பேண்டேஜ் கட்டின மாதிரி கட்டிட்டு போறீங்க’ என்று கேட்பார்...

என் தாவணி கலர் கூட வெளுத்துவிட்டது. ஜெய்கணேஷ் என் பின்னாடி சுற்றிக் கொண்டிருக்கிறான். கொஞ்ச நாளில் எல்லாம் எப்படி மாறிவிட்டது... சோகமாக இருந்தது. திடீரென எனக்கு உத்வேகம் வந்தது. அதெல்லாம் முடியாது. நான்தான் இங்கிலிஷ் தெரிந்தவள். டீச்சர் என்னை ஸ்டேட் ஃபர்ஸ்ட் வாங்க வைப்பதாக அம்மாவிடம் சொல்லியிருக்கிறார். நான் முயன்று என் பழைய வாழ்க்கைக்குத் திரும்பிக் கொண்டிருந்தேன். செந்தில் தாடி வளர்க்க ஆரம்பித்தான். சகிக்கவில்லை. ‘என்னடா இது கதையிலெல்லாம் நான்கு வருடம் பத்துவருடம் காதலித்தேன் என்கிறார்கள். எனக்கு இப்படி ஆறு மாதத்தில் முடிந்துவிட்டதே...’ என எனக்கு அதைப்பார்த்து துக்கம் துக்கமாக வந்தது. அன்றைக்கு மணி சார் என் கணக்குகளை முதலில் வாங்கினார். எனக்கு சந்தோஷத்தில் அழுகையே வந்துவிட்டது. இனிமேல் படிப்பை மட்டுமே கவனிக்க வேண்டும்.

செல்வி என்னிடம் மறுபடி வந்தாள். ‘என்னாச்சு? என துக்கம் விசாரித்தாள். அவள் எதற்கு துக்கம் விசாரிக்கிறாள் என்றே

எனக்கு முதலில் புரியவில்லை. 'அண்ணன் பாவம். நீ கொஞ்சம் விட்டுக்கொடுத்துப் போலாமில்ல. என்கிட்ட சொல்லி வருத்தப் பட்டுச்சு'... என்றாள். எனக்கு எல்லாக் கோபமும் போய்விட்டது. வரட்டும். அவனாக வரட்டும். வந்தால் பேசிக் கொள்ளலாம். அதற்குள் பரிட்சையும் முடிந்துவிடும். தெய்வாவுக்கும் ஏதோ பிரச்னை போல. அவளும் வந்து பேச இரண்டு பேரும் படிக்க ஆரம்பித்தோம்.

எப்போதும் நான் ஃபர்ஸ்ட் ரேங்க். அப்புறம் தெய்வா, மூணாவது செல்வி இந்த ஆர்டரில்தான். படிப்பே கதியென டெஸ்ட்டுகள் எழுதிக் குவித்தோம். ரிவிஷன் டெஸ்ட் முடிந்தது. செல்வி, தெய்வாவைத் தள்ளி இரண்டாவது ரேங்கில் வந்து விட்டாள். ஒன்பதாம் வகுப்பில் இருந்த வரை செல்வி பதினொண்ணாம் ரேங்கில்தான் இருந்தாள். எப்படியோ மூன்றாமிடத்திற்கு வந்து இப்போது இரண்டாவது இடத்தில் சேர்ந்து விட்டாள். செல்வநாயகி எப்படியோ பத்துக்கு மேல் போயிருந்தாள். அம்மாவும் மார்க்கில் கவனமாக இருக்க வேறெந்தச் சிந்தனையிலும் அழியாமல் நான் சிரத்தையாகப் படித்துக்கொண்டே இருந்தேன். இன்னும் கொஞ்ச நாள்தான். பரீட்சை முடிந்தால் செந்திலையும் ப்ளஸ் ஒன்னில் என் க்ரூப்பிலேயே சேர்ந்துவிடச் சொல்லவேண்டும்.

திடீரென எனக்கு டீச்சரைப் பார்க்க வேண்டும் போலத் தோன்றியது. இப்போதெல்லாம் டீச்சர் மலர்ச்சியாக இல்லை. என்னுடன் சரியாகப் பேசுவதில்லை. அம்மாவிடம் கோவிலில் பார்த்தும் சரியாகப் பேசவில்லையாம். அம்மா கேட்க எனக்கும் டீச்சர் நன்றாகப் பேசி சில நாட்கள் ஆகிவிட்டதை உனர்ந்திருந்தேன். ஒருவேளை செந்தில் விஷயம் தெரிந்திருக்குமா? ம்ஹூம். தெரிந்திருந்தால் இவ்வளவு நேரம் என் கன்னம் பழுத்திருக்கும். டீச்சருக்கு என் படிப்பு முக்கியம். ஒருநாள் டீச்சரும் மணிசாரும் உள்ரூமில் சத்தம் போடுவது எல்லாருக்கும் கேட்டது. வேறென்னவாக இருக்கும். டீச்சருக்கு குழந்தை இல்லை. அதனால் யாராவது ஏதாவது சொல்லியிருப்பார்கள். ஆனால் அதற்குப் பிறகு கலைவாணி டீச்சர் முகத்தைப் பார்க்க கஷ்டமாக இருந்தது.

பரிட்சை கிட்ட வந்துவிட்டது. மணி சார் நான் தவறவிடும் மார்க்குகளைப்பற்றி அன்றைக்குப் பொறுமையாக எடுத்துச் சொன்னார். 'அய்யச்சி... உன்மேலதான் நம்பிக்கை வெச்சுருக்கேன். நூறு மட்டும் எடுக்கல... இந்தப் பக்கம் வந்து என் மூஞ்சில முழிச்சூடாத' என்றார். நான் மணிசாருக்கும் டீச்சருக்குமாவது நல்ல மார்க் வாங்க வேண்டும். செல்வி பின்னாடியே வந்து, 'செந்திலண்ணன்கிட்ட பேசலியா?'

என்றாள். 'பேசுவேன்.' எனச் சொல்லிச் சிரித்தேன். 'ஆல் த பெஸ்ட்டாச்சும் சொல்லு. அண்ணன் பாவம்' எனச் சொல்லிவிட்டுப் போனாள். நான் செந்திலைத் தேடிப்போனால் அவன் ரொம்ப பிகு செய்தான். 'போடா' என்று வந்து விட்டேன்.

பரிட்சை ஆரம்பித்துவிட்டது. தமிழ், இங்க்லீஷ், முடிந்து மேத்ஸ் எழுதிவிட்டேன்... கண்டிப்பாக செண்டம்தான். மணி சாரின் நம்பிக்கையைக் காப்பாற்றிவிடுவேன். பரிட்சை ஹாலிலேயே தெரிந்துவிட்டது. ஒரே ஒரு கணக்கு மட்டும் விடை சொல்லி விட்டாரென்றால் கன்ஃபர்மாகிவிடும். சயன்ஸ், சோசியல் சயன்ஸ் ஈசிதான். நான் கண்டிப்பாக ஸ்டேட் ஃபர்ஸ்ட் வர வாய்ப்பிருக்கிறது. சந்தோஷமாக வெளியில் வந்தேன். தெய்வா எனக்காகக் காத்திருந்தாள். முகம் செத்துவிட்டிருந்தது. என்னிடம் பேசாமல் ஒரு லெட்டரைக் கொடுத்தாள்.

செந்தில் இவளிடம் லெட்டர் கொடுத்துவிட்டிருக்கிறானா? என பயந்தேன். பயந்துகொண்டே அவள் முகத்தைப் பார்த்தால் அவள் என்னை விட பயத்தில் இருந்தாள். 'பிரிச்சுப் படி.' நான் பிரித்தேன். இல்லை. என்னிடம் இருந்து அதற்குள் டீச்சர் கைக்கு மாறிவிட்டிருந்தது. 'அய்யோ' நானும் தெய்வாவும் ஒருசேர கத்தினோம். டீச்சர் பார்த்த பார்வையில் நான் தரையோடு போய்விடுவேன் போலிருந்தது. 'எத்தனை நாளா நடக்குது இதெல்லாம்? நான் உன்மேல எவ்ளோ நம்பிக்கை வெச்சுருந்தேன்?' என்று டீச்சர் கேட்டுக்கொண்டே லெட்டரைப் பிரிக்க, தெய்வா 'வேணாம் டீச்சர்... வேணாம்' என்று அவர் கையிலிருந்து லெட்டரைப் பிடுங்கிவிட்டாள்.

டீச்சருக்கு ஒரு நிமிஷம் ஒன்றும் புரியவில்லை. தெய்வாவை கன்னத்தில் அடித்தார். தெய்வா துடித்துவிட்டாள். 'அதானே பார்த்தேன். அவளைக் கெடுக்கறதே நீதான். உனக்கு வந்த லெட்டரா அது... யாரு அது?" என்று அவளிடமிருந்து பிடுங்க, அவள் என்னிடம் தூக்கிப் போட்டாள். 'எடுத்துட்டுப் போடி... தூர போயிரு' என்றாள். டீச்சர் என் பக்கம் திரும்புவதற்குள் நான் ஓட ஆரம்பித்தேன். கொஞ்ச தூரம் போய்தான் என் பேக், எல்லாவற்றையும் விட்டுவிட்டு வந்து விட்டேன் என்று புரிந்தது. இப்போது என்ன செய்வதென்றே எனக்குப் புரியவில்லை. டீச்சர் இதைச் சும்மா விடப் போவதில்லை. தலை சுற்றியது.

லெட்டரை என் ப்ளவுஸிற்குள் இருந்து எடுத்தேன். இது எனக்கு வந்ததா? தெய்வாவுடையதா என்றே புரியவில்லை. பிரித்தேன்.

மணிசார் எழுத்து... சற்றே சாய்த்து ஒரே சீராக அடித்தல் திருத்தல் இல்லாமல் ‘நன்று’ என கையெழுத்திடும், திருத்தும் அதே எழுத்து. ’என் இனியவளான செல்விக்கு’’ எனத் தொடங்கிய கடிதத்தில் நான் என் வயதை மறந்துபோனேன். அதற்குப் பிறகான பெரும்பாலான வார்த்தைகளின் அர்த்தங்கள் அதுவரை நான் அறியாதது. அந்தவுலகில் செல்வியும் மணிசாரும் ஆடையற்று வெற்று பிம்பமாக நின்று கொண்டிருந்தனர். அருவருப்பின் உச்சத்தில் நான் என்றோ எதற்கோ திரைமறைவில் தெரிந்துகொண்டதெல்லாம் அங்கு எழுத்துகளாய் நடமாடிக்கொண்டிருந்தன. கைகள் நடுங்கினாலும் கண்கள் மறைத்தாலும் படிக்கக் கூடாது என்று உள்ளம் சொன்னாலும் நான் திருப்பித் திருப்பி அந்த இரு பக்கங்களைப் படித்துக் கொண்டிருந்தேன்.

அந்தப் பாதையின் வளைவில் இருந்த மரத்தின் கீழிருந்த கல்லில் உட்கார்ந்து எவ்வளவு நேரம் அதை மாய்ந்து மாய்ந்து படித்தேன் என்று எனக்குத் தெரியவில்லை. இனிமேல் அம்மாவின் நள்ளிரவு தொலைதல் எனக்குப் புதிதாய் இராது. எனக்கும் இனி எல்லாமே தெரியும் என்று சொல்லுமளவு மணி சார் நுணுக்கி எழுதியிருந்தார். தெய்வா வந்து விட்டாள். என்னுடைய பேக், தண்ணீர் பாட்டில் எல்லாவற்றையும் தூக்கிக் கொண்டு வந்திருந்தாள். என்னால் அவளைப் பார்க்கக் கூட முடியவில்லை. அவளுக்கும் கூட அப்படித்தான். இரண்டு பேரும் பேச்சற்று விழித்தோம். ‘எங்கே கிடைச்சது?’ ‘செல்வி கூடைல இருந்து விழுந்துச்சு.’ அதற்குமேல் எங்களுக்கு ஒன்றும் புரியவில்லை.

பேசாமல் நடந்து வீடடைந்தால், அம்மாவுடன் டீச்சர் உக்ரமாய் வாசலிலேயே நின்று கொண்டிருந்தார். வீட்டு வாசலின் முன் ஒரு பாடசாலை போல் கூரை வேய்ந்து ஒரு இடம் இருந்தது. குளுமையாக இருக்கும். இனி எப்போதும் அந்த இடத்தை எனக்குப் பிடிக்கப் போவதில்லை. ஒரு நிமிடம் தெய்வா என்னைப் பார்த்தாள். சட்டென அந்த லெட்டரைக் கிழித்துப் பக்கத்தில் இருந்த சாக்கடையில் போட்டேன். மணிசாரின் கையெழுத்து கறுப்பாய் நீருடன் கலந்து ஓடியது. டீச்சர் அதைப் பார்த்து இன்னும் உக்கிரமானார். அம்மா அழ, டீச்சர் எங்களிருவரையும் அடிக்க, எங்களின் கணக்குப் பரிட்சை நாள் அதன் உச்சத்தை எட்டியது. ஒரு கட்டத்திற்குப் பின் அம்மா என்னை அடிக்கவோ திட்டவோ இல்லை என்பதைப் புரிந்துகொண்ட டீச்சர், ‘சாரிங்க... இவ மேல ரொம்ப நம்பிக்கை வெச்சுட்டேன். அதான்...’ என்றபடி ‘என் மூஞ்சிலயே முழிக்காத இனிமே’ என்று

சொல்லிவிட்டுப் போனார்.

பேசாமலேயே இருவரும் அமர்ந்திருந்தோம். அம்மாவும் எதுவுமே என்னிடம் கேட்கவில்லை. தெய்வா 'நான் கிளம்புறேண்டி' என்று சொல்லிவிட்டுப் போய்விட்டாள். நான் அம்மாவிடம் 'அது என் லெட்டரில்ல ம்மா' என்றேன்.

'அப்போ ஏன் கிழிச்சுப் போட்ட?'

பதிலற்று நின்றபோது உண்மையில் நான் அம்மாவை விட பெரியவளாய் இருந்தேன்.

★★★

சவிதா

சேலத்தில் வசிப்பவர். ஏற்கனவே 'யாமத்தில் அடர்ந்த மழை', 'உபாசகி', 'கை நிறை செந்தழல்', 'ஊன்முகிழ் மிருகம்' என்று நான்கு கவிதைத் தொகுப்புகள் வெளியிட்டுள்ளார். பல்வேறு பத்திரிகைகளில் சிறுகதைகள், கவிதைகள், கட்டுரைகள் எனத் தொடர்ந்து இயங்கி வருகிறார். தீவிர புத்தக வாசிப்பாளர்.

மின்னஞ்சல் முகவரி – savithavenkatakrishnanv@gmail.com

அகமுகம்

சுப்ரா

"கூலியாக எவ்வளவு வேண்டும்?"

பிரசேனஜித்தின் கேள்வியில் "எவ்வளவு வேண்டுமானாலும் கேள். ஆனால் செய்யப்போகும் தொழில் சுத்தமாக இருக்க வேண்டும். நீ பெறப்போகும் தொகைக்கு ஏற்ப உனது பணி இருக்க வேண்டும்" என்ற தொனி இருந்தது.

சுற்றி நின்ற கூட்டம் ஜீவகன் சொன்ன தொகையைக் கேட்டு மலைத்தது. அநாத பிண்டிகன் மட்டும் இலேசான புன்னகையோடு நின்றுகொண்டிருந்தான். அவனுக்குத் தெரியும் ஜீவகனின் தொழில் திறமை.

சிராவஸ்தி நகரின் ஒரு பகுதியில் உருவாகிக்கொண்டிருந்த ஜேதவனம் விஹாரப் பணிகள் முடியப்போகும் தருணம். இன்னும் ஒரு மாத காலத்தில் விஹாரம் தயாராகிவிடும். ஆனால் கௌதமர்தான் சிராவஸ்திக்கு எப்போது எழுந்தருளப் போகிறார் என்பது யாருக்கும் சரியாகத் தெரியவில்லை.

இன்னும் ஓரிரு மாதங்களில் மாரிக் காலம் தொடங்கிவிடும். அநேகமாக புத்தர் அப்போதுதான் அங்கே வருவார் என்பது அநாத பிண்டிகனின் கணிப்பு. போதிய அவகாசம் இருப்பதால் அதற்குள்

விஹாரத்தை முழுவதுமாகத் தயார் செய்து விடலாம். பகவானின் முதல் சாதுர்மாசக் கூட்டத்தை நடத்துவதற்கான சரியான காலம். அநாத பிண்டிகன் புத்தர் ஜேதவனத்திற்கு முதன் முதலாக எழுந்தருளப் போகும் அந்த அற்புதக் கணத்திற்கான ஏற்பாடுகளை மனத்திற்குள் நிகழ்த்திப் பார்த்துக் கொண்டிருந்தான்.

இவ்வளவு செலவில் விஹாரம் தேவையா என்று கௌதமன் கேட்கக் கூடும். அதற்கான பதில்கள் பிண்டிகனிடம் தயாராகத்தான் இருந்தன. ஆனால் திடீரென்று மன்னன் பிரசேனஜித்தின் மனத்தில் உதித்த யோசனை குறித்துதான் அவனுடைய கவலை எல்லாம்.

பிரசேனஜித் வைதீக தருமத்தைப் பின்பற்றுபவன்தான். எனினும் அவனுக்கு சிரமணர்கள் மேலும் பற்றுதல் இருந்தது. கோசல நாட்டின் தலைநகரில் அநாத பிண்டிகன் புத்தருக்காக அவனது செல்வத்தைப் பயன்படுத்தி ஓர் ஆசிரமத்தை அமைத்துக் கொண்டிருக்கிறான் என்று கேள்விப்பட்டதுமே, அவன் ஜேதவனம் உருவாகிக்கொண்டிருந்த இடத்திற்கே வந்து தனது மகிழ்ச்சியைத் தெரிவித்ததோடு நில்லாமல் ஜேதவனத்திற்காகும் செலவில் தனது பங்களிப்பையும் ஏற்றுக்கொள்ள வேண்டிக்கொண்டான். அநாத பிண்டிகனும் அரசனின் விருப்பத்திற்குச் சம்மதம் தர, எந்தத் தாமதமும் இல்லாமல் ஒரு கணிசமான தொகை அரசாங்க கஜானாவில் இருந்து அநாத பிண்டிகனின் கைகளுக்கு இடம் பெயர்ந்தது.

பெரு வேள்விகளுக்கு மட்டுமே செலவு செய்வான் என்று அநாத பிண்டிகன் நினைத்துக்கொண்டிருந்ததற்கு மாறாக, பிரசேனஜித் புத்தருக்காக உருவாகும் ஆசிரமத்திற்கு அவ்வளவு பெரும் தொகையை அளித்ததும் ஜேதவனப் பணிகள் முன்னிலும் வேகம் பெற்று திட்டமிட்ட நாட்களுக்கு முன்பே முடியும் தறுவாயில் இருந்தன. கோசல நாட்டின் பல பகுதிகளில் இருந்தும் தினசரி மக்கள் கூட்டம் கூட்டமாக சிராவஸ்திக்கு வந்து ஜேதவனப் பணிகளைப் பார்த்து வியந்து திரும்பினர்.

பணிகள் முடிந்து பகவான் அங்கு எழுந்தருளப்போகும் தருணத்தை கோசல நாட்டின் மக்கள் எதிர்பார்த்துக் காத்துக்கொண்டிருந்தார்கள். பணிகள் முடியப் போகும் தருணத்தில்தான் பிரசேனஜித்திற்கு அந்த யோசனை மனத்தில் உதித்தது. மனத்தில் உதித்த மறுகணமே பிரசேனஜித் தன் விருப்பத்தை அநாத பிண்டிகனிடம் வெளிப்படுத்தி விட்டான்.

“இந்த விஹாரத்தின் ஒரு பகுதியில் புத்த பகவானின் சிலை ஒன்றை நிறுவினால் அவர் இங்கு இல்லாத பொழுதுகளிலும் அவரைத் தேடி வரும் மக்களுக்கு அவரைக் காணாமல் போனதால் ஏற்படும் மன வருத்தத்தை அந்தச் சிலை போக்கக் கூடும் என்ன நினைக்கிறீர்கள் பிண்டிகன்?”

அநாத பிண்டிகன் உடனடியாகப் பதிலளிக்காமல் யோசனையில் மூழ்கினான்.

“என்ன யோசிக்கிறீர் பிண்டிகன்?”

“ஒன்றுமில்லை கோதமருக்கு உருவ வழிபாட்டில் நம்பிக்கை கிடையாது என்பது உலகறிந்த விஷயம். அப்படியிருக்க அவரையே சிற்பமாக வடிப்பதை...”

“உண்மைதான் பிண்டிகன். அவருக்கு உருவ வழிபாட்டில் நம்பிக்கை கிடையாதுதான். ஆனால் நாம் உருவாக்கப்போகும் சிற்பம் வழிபாட்டிற்காக இல்லையே. அவர் இங்கு இல்லாத நேரங்களிலும் அவரை நாம் நினைத்துக்கொண்டிருப்பதற்காகத்தானே. இங்கில்லாத போதும் அவர் நம்முடன் இருக்கிறார் என்ற எண்ணம் நமக்கு அளிக்கப்போகும் மகிழ்ச்சிக்காகத்தானே. கௌதமரிடம் நாம் விளக்கிச் சொன்னால் அவர் புரிந்துகொள்வார்.”

அநாத பிண்டிகன் மேலும் சிறிது யோசித்துவிட்டு பிரசேனஜித்தின் யோசனைக்கு உடன்பட்டான்.

“நல்லது. அந்தப் பணியை மேற்கொள்ளத் தகுதியான சிற்பியையும் நீங்களே தேர்ந்தெடுத்து விடுங்கள். செலவு குறித்த கவலை வேண்டாம். ஆனால் உருவாகும் சிற்பம் பகவானைப் போலவே தத்ரூபமாக இருக்க வேண்டும். அதைப் பார்ப்பவர் மனத்தில் எல்லாம் புத்தரை நேரில் பார்ப்பது போன்ற எண்ணத்தை உருவாக்க வேண்டும். தகுதியான சிற்பியைப் பக்கத்து நாடுகளில் இருந்து வேண்டுமானாலும் தேர்ந்தெடுத்துக் கொள்ளலாம்.”

அநாத பிண்டிகன் அதிகமாக யோசிக்கவில்லை. அவன் மனத்தில் சட்டென்று நினைவுக்கு வந்தது ஒரே ஒரு பெயர்தான்.

“ஜீவகன்.”

என்ன ஓர் அற்புதமான கலைஞன். அவனது கைவண்ணத்தில் கற்கள் பேசுமே.

“பெயரே நன்றாகத்தான் உள்ளது. உங்கள் தேர்வாயிற்றே. தொழிலும் நன்றாகத்தான் இருக்கும். உடனடியாக யாரையாவது அனுப்பி அந்த ஜீவகனை இங்கே வரவழையுங்கள். நல்ல காரியங்களைத் தாமதிக்காமல் உடனடியாக ஆரம்பிப்பதுதான் உத்தமம்.”

பிண்டிகன் இலேசாகப் புன்னகைத்தான். “எங்கும் தேடிப்போக வேண்டாம். ஜீவகன் இங்கேதான் இருக்கிறான். ஜேதவனப் பணிகளில் கற்களால் ஆன பகுதிகளில் நீண்ட தாடியுடன் ஒரு சிற்பி வேலை செய்துகொண்டிருப்பதைப் பார்த்திருப்பீர்களே. அதுதான் ஜீவகன்.”

“பார்த்திருக்கிறேன். அற்புதமான வேலைகளாக உள்ளதே என்று பலமுறை வியந்துமிருக்கிறேன். ஆனால் பேசியதில்லை. பெயரும் தெரியாது.”

“உங்களுக்கு மட்டுமில்லை. இங்கு ஒருசிலருக்கு மட்டுமே அவன் பெயர் தெரியும். அநாவசியமாக யாருடனும் பேச மாட்டான். அவனுண்டு அவன் வேலை உண்டு என்று இருப்பவன்.”

அநாத பிண்டிகன் அருகில் நின்ற ஒருவனிடம் ஜீவகனை அழைத்துவரச் சொல்லிவிட்டு, பிரசேனஜித்துடன் பகவானின் சிலை எப்படி அமைய வேண்டும் என்பது குறித்து உரையாட ஆரம்பித்தான். இருவரும் பலவிதமான யோசனைகளைப் பறிமாறிக்கொண்டனர். “ஜீவகன் வரட்டும். அவனையும் கலந்து ஆலோசித்து முடிவெடுக்கலாம்.” இருவரும் அருகில் இருந்த மரத்தடியில் அமர்ந்து ஜீவகனுக்காகக் காத்திருந்தனர்.

பகவான் புத்தனுக்கு ஒரு விஹாரத்தை உருவாக்குவது என்று முடிவெடுத்தவுடன் அநாத பிண்டிகன் கோசல தேசத்தில் மட்டுமின்றிச் சுற்றிலுமுள்ள நாடுகளில் இருந்தும் அந்தப் பணிகளுக்குத் தகுதியான நபர்களைத் தேர்ந்தெடுத்தான்.

சிராவஸ்தி நகரின் ஒரு புறமாக அசிரவதி நதிக்கரையில் பணிகள் ஆரம்பித்தபோது பெரும்பகுதிகளை மரத்தாலும் ஒரு சில பகுதிகள் மட்டும் கற்களாலும் அமைக்கவே திட்டம். சுற்றுப்புறத்தில் மரங்கள் நிறைய கிடைத்தது ஒரு காரணம்.

ஜேதவனத்தில் கல் கட்டுமானங்களைக் கவனிப்பதற்காகத் தேர்வானவன்தான் ஜீவகன். அவந்தி நாட்டைச் சேர்ந்தவன். பல தேசங்களிலும் அலைந்து திரிந்து வேலை செய்து பழுத்த அனுபவம் வாய்ந்தவன். இயற்கையிலே இருந்த திறமையோடு அனுபவமும்

சேர்ந்திருந்த ஜீவகனை ஜேதவனப் பணிகளுக்காகத் தேர்வு செய்வதில் பிண்டிகனுக்கு மாற்று யோசனையே வரவில்லை.

பணிகளைத் தொடங்கிய முதல் நாளிலேயே ஜீவகனின் தொழில் திறமையைக் கண்டுகொண்டான் பிண்டிகன். பணிகளுக்கான கற்களைத் தேர்ந்தெடுப்பதில் தொடங்கி, வரைபடங்கள் தயாரிப்பது, ஒவ்வொரு பணிக்கும் தகுதியான உதவியாட்களை நியமிப்பது, அனைவரது பணிகளையும் தொடர்ந்து பார்வையிட்டு ஆலோசனைகள் வழங்குவது, மிக நுணுக்கமான பணிகளைத் தானே மேற்கொள்வது என்று இயங்கிய ஜீவகனின் தொழில் மீதான சிரத்தையும் அர்ப்பணிப்பும் பிண்டிகனை வியப்பில் ஆழ்த்தியது. ஜீவகனின் கைவண்ணத்தில் உருவான சிற்ப வேலைகள் ஏற்படுத்திய பிரமிப்பில் கூடுதல் செலவானாலும் கூட ஜேதவனத்தின் பெரும்பகுதியைக் கற்களாலேயே நிர்மாணிப்பது என்று முடிவெடுத்து அதன்படியே பணிகள் நடைபெற்று முடிவடையும் தருணம் நெருங்கிவிட்டது. அந்த முடிவால் ஜேதவனம் நினைத்ததை விட அதிகப் பொலிவோடு எழும்பியிருந்தது.

ஜீவகனின் திறமையைப் பல மாதங்களாக நேரில் பார்த்திருந்ததால் பிரசேனஜித்தின் ஆசையை நிறைவேற்ற ஜீவகன்தான் தகுதியானவன் என்ற முடிவிற்கு வர பிண்டிகனுக்கு அதிக நேரம் எடுக்கவில்லை.

அழைத்துவரச் சென்ற மனிதன் திரும்பி வந்தபோது ஜீவகன் உடன் வரவில்லை.

“ஜீவகன் வரவில்லையா?”

“இல்லை ஐயா. அவர் மிக நுணுக்கமான பணி ஒன்றில் ஈடு பட்டுள்ளதால் தற்சமயம் அதை விட்டுவிட்டு வர இயலாது என்று கூறிவிட்டார்.”

அநாத பிண்டிகன் புன்னகைத்தான். ஜீவகனின் தொழில் மீதான சிரத்தை தனக்குத் தெரியும் என்பதால் ஏற்பட்ட புன்னகை அது.

“என்ன பிண்டிகன் உன் சிற்பி கர்வம் பிடித்தவனாக இருப்பான் போலத் தோன்றுகிறதே. இந்த நாட்டின் அரசனும் இந்த ஜேதவனம் உருவாகக் காரணமான பிண்டிகனும் அழைத்தும் வரவில்லையே.”

“அது கர்வமோ செருக்கோ இல்லை பிரசேனஜித். தொழில் மீது ஜீவகனுக்கு உள்ள சிரத்தை. உளியைக் கீழே வைத்துவிட்டு வந்தால் செய்துகொண்டிருக்கும் பணியின் மீதான கவனம் சிதறிவிடும்

என்ற கவலை. வாருங்கள் நாமே அங்கு போவோம். ஜீவகனின் கலைத்திறனை நேரில் ரசித்தவாறே பேசிவிட்டு வரலாம்."

இருவரும் ஜீவகன் பணி செய்து கொண்டிருந்த இடத்தை அடைந்தார்கள். அவர்களைத் தொடர்ந்து ஒரு சிறு கூட்டமே அங்கு வந்ததை உணராமலே ஜீவகனின் உளி இயங்கிக்கொண்டிருந்தது. தூண் ஒன்றில் ஒரு மானை உருவாக்கிக் கொண்டிருந்தான் ஜீவகன். துள்ளியோடும் புள்ளி மான்.

அற்புதமான அந்த வேலைப்பாட்டை ரசித்த பிரசேனஜித் தன் கைகளைத் தட்டிப் பாராட்டினான். கைதட்டும் ஓசையால் ஈர்க்கப்பட்டு ஜீவகனின் பார்வை தூணில் இருந்து அவர்கள் மீது திரும்பியது.

வந்திருப்பவர்கள் யாரென்று தெரிந்ததும் இரு கைகளையும் கூப்பி வணங்கிவிட்டு மீண்டும் உளியைத் தூணில் பதித்தான் ஜீவகன்.

ஏதோ சொல்ல வந்த பிரசேனஜித்தை சற்றே பொறு என்பது போலத் தன் கை அசைவால் நிறுத்தினான் அநாத பிண்டிகன்.

கல்லில் உருவாகிக்கொண்டிருந்த மானின் உருவத்தை ரசித்த பிரசேனஜித்தின் மனத்தில் தோன்றிய கேள்வியை உணர்ந்தது போல அநாத பிண்டிகன் பேசினான்.

"மான் ஓடும் வேகத்தைக் கண்டு புலியைத் தேடுகிறாயா? அது புலிக்குப் பயந்து ஓடவில்லை. அதோ பார்..."

ஏற்கனவே தயாராகியிருந்த இன்னொரு தூணைக் காட்டினான் பிண்டிகன். ஒரு மரத்தடியில் தாய் மானின் வரவிற்காகக் காத்திருக்கும் இரு மான் குட்டிகள்.

அதுதான் ஜீவகனின் தனிச் சிறப்பு. புத்தர் பெருமான் தங்கி உபதேசங்கள் அளிப்பதற்காக உருவாகும் அந்த இடத்தில் வன்முறையைக் குறிக்கும் எந்த அடையாளமும் இருக்கக் கூடாது என்பதில் ஜீவகன் தனிக் கவனம் செலுத்தியிருந்தான். ஆயிரக் கணக்கில் உருவாகியிருந்த சிற்பங்கள் அனைத்துமே அன்பையும் அமைதியையும் விளக்குமாறு அமைத்திருந்தான். மனித உருவங்கள், விலங்குகள், பறவைகள், இயற்கைக் காட்சிகள் என்று எல்லா சிற்பங்களுமே அதைப் பிரதிபலித்தன. ஜீவகனைப் பார்த்து ஓவியம் வரைந்தவர்களும் மர வேலைப் பாட்டில் ஈடுபட்டவர்களும் கூட அவரவர் படைப்புகள் அனைத்துமே அன்பையும் அமைதியையும் வெளிப்படுத்துவதாகவே அமைத்தார்கள் என்பதை அநாத பிண்டிகன் அறிவான்.

மானின் உடல் மீது கடைசிப் புள்ளியைச் செதுக்கி முடித்ததும் ஜீவகன் உளியைக் கீழே வைத்து விட்டு அவர்கள் பக்கம் திரும்பினான். இப்போது சொல்லுங்கள் என்பது போல.

நேரத்தை வீணாக்க விரும்பாதவனாக பிரசேனஜித் தன் ஆசையை வெளிப்படுத்தினான். "பகவான் புத்தரின் தத்ரூபமான சிலை ஒன்று அமைக்க வேண்டும்."

பிரசேனஜித்தும் பிண்டிகனும் மாறி மாறிப் பேசினார்கள் பகவானின் உருவம் எப்படி அமைய வேண்டும் என்று. எனினும் சிற்பம் குறித்த இறுதி முடிவை ஜீவகனிடமே விட்டு விடுவதாகக் கூறி முடித்தான் அநாத பிண்டிகன்.

சிறிது நேர யோசனைக்குப் பிறகு ஜீவகன் தன் சம்மதத்தைத் தெரிவித்தான். பிண்டிகனின் முகத்தில் நிம்மதியின் சாயல் பரவியது. ஜீவகன் ஒத்துக் கொண்டு விட்டான். இனிக் கவலை இல்லை. பணியை எப்போது துவங்குவது என்பது மட்டுமே முடிவாக வேண்டும்.

ஜீவகன் சம்மதம் சொல்லிவிட்டான் என்ற மகிழ்ச்சியோடு பிரசேனஜித் அந்தக் கேள்வியைக் கேட்டான்.

"கூலியாக எவ்வளவு வேண்டும்?"

சற்றும் யோசிக்காமல் ஜீவகன் கூறிய தொகையைக் கேட்டுச் சுற்றிலுமிருந்தவர்கள் பிரமித்தார்களே தவிர அநாத பிண்டிகனுக்கு வியப்பேதும் எழவில்லை. ஜீவகனின் தொழில் நுட்பத்திற்கு அந்தக் கூலி அதிகமில்லை என்பதை அவனறிவான். "ஒத்துக்கொள்கிறோம்" பிண்டிகனின் பார்வையை வாசிக்கத் தெரிந்த பிரசேனஜித் எந்தத் தயக்கமும் இன்றி தொகைக்குச் சம்மதம் தெரிவித்தான்.

"புத்தர் இன்னும் சில மாத காலத்தில் எந்நேரமும் இங்கு வரக் கூடும் என்பதால் உடனடியாகப் பணியைத் துவங்கினால் நல்லது" பிரசேனஜித்தின் ஆர்வம் குரலில் வெளிப்பட்டது.

"நல்லது. நீங்கள் இருவரும் கூறியதில் இருந்து பகவானின் உருவம் எப்படி அமைய வேண்டும், அது உருவாக்கப்படும் நோக்கம் இரண்டுமே புரிபட்டுவிட்டது. பணியை முடிக்க அதிகபட்சம் ஒரு மாத காலம் போதும். அதற்கு முன் பகவான் இங்கு வரப் போவதில்லை. ஜேதவனத்திற்கான கற்பணிகள் இன்னும் இரு வார காலத்தில் முடிந்துவிடும். அதன்பின் பகவானின் உருவப் பணியைத் தொடங்கிவிடலாம்" ஜீவகனின் குரல் தீர்மானமாக ஒலித்தது.

“அப்படியே செய்வோம். மற்ற விஷயங்களை இப்போதே பேசி முடிவிற்கு வந்து விட்டால் ஜேதவனப் பணிகள் முடிந்ததுமே சிற்பப் பணியைத் துவங்கி விட வசதியாக இருக்கும் அல்லவா?”

ஜீவகன் ஆமோதித்தான்.

“உங்களுக்குத் துணையாக எத்தனை பேர்கள் வேண்டும்? தேவைப் பட்டவர்களை நீங்களே தேர்வு செய்து கொள்ளலாம். அவர்களது கூலியையும் நாங்கள் தந்துவிடுகிறோம்.”

“யாரும் வேண்டாம். இந்தப் பணியைச் செய்ய நான் விதிக்கும் ஒரே ஒரு நிபந்தனை அதுதான். உருவம் முழுமை பெறும்வரை என்னைத் தவிர வேறு யாரும் அதனைப் பார்க்கக் கூடாது. உங்களுக்கும் அந்த நிபந்தனை பொருந்தும். நான் கூறும் வரை யாருடைய பார்வையும் அதன் மீது படக்கூடாது. அதற்குத் தேவையான பாதுகாப்பு அளிப்பது உங்கள் பொறுப்பு. நிபந்தனையை மீறி யாராவது முழுமையடையாத உருவத்தைப் பார்க்க நேர்ந்தால் அந்தக் கணமே அதுவரை உருவாகியிருந்த படைப்பை நானே உடைத்தெறிந்து விடுவேன்” ஜீவகனின் குரலில் அவனது தீர்மானம் வெளிப்பட்டது.

“சம்மதிக்கிறோம். இந்த விந்தையான நிபந்தனைக்குக் காரணம் என்னவென்றாவது தெரிந்துகொள்ளலாமா?” பிண்டிகன் பணிவாகக் கேட்டான். அவனுக்குத் தெரியும் ஜீவகனின் முடிவுகள் காரண காரியங்கள் இல்லாமல் ஒருபோதும் இராது என்பது.

“விரிவாகச் சொல்ல விரும்பவில்லை. உங்கள் நாட்டின் ஒரு பகுதியான காசி கோசலத்தில் சிறிது காலத்திற்கு முன் நான் உருவாக்கிய பார்சுவநாதர் சிற்பம் குறித்து அறிவீர்கள்தானே?”

“ஓ, நன்றாக அறிவோம். அந்த அற்புதமான சிற்பம் குறித்து அறிந்ததால்தானே ஜேதவனப் பணிகளுக்கு எந்தவித மாற்றும் தேடாமல் உங்களைத் தேர்வு செய்தேன்.”

“அந்தச் சிற்பம் உருவாக்கும் போது கிடைத்த அனுபவமே இந்த நிபந்தனைக்குக் காரணம். அதேபோன்ற சிறப்பான சிற்பம் ஒன்று உருவாக்க விரும்புவதால்தான் இந்த நிபந்தனை.”

“விவரம் என்னவென்று புரியாவிட்டாலும் உங்கள் ஆர்வம் புரிகிறது. நிபந்தனை மீறப்படாமல் இருக்க எல்லா ஏற்பாடுகளையும் இப்போதே தொடங்கிவிடலாம். எந்தவிதமான அமைப்புகள், பாதுகாப்புகள் தேவை என்பதை அவ்வப்போது உங்களிடம் கேட்டுக்கொள்கிறோம்.

இப்போது மற்ற விஷயங்களைப் பேசலாம்.''

''சிற்பத்தை பெருமான் தியானத்தில் அமர்ந்திருக்கும் நிலையில் அமைக்கலாமா அல்லது சயன நிலையில் அமைக்கலாமா?''

''அமர்ந்திருப்பது போல அமைவதே உங்கள் நோக்கத்திற்கு ஏதுவாக இருக்கும். ஆனால் தியான நிலையில் அல்ல. புத்தர் இங்கு இல்லாத நேரங்களில் வருபவர்களோடு அவர் உரையாடுவது போன்று இருக்க வேண்டும் எனில் விழிப்பான நிலையில் அவர் அமர்ந்திருப்பது போல அமைவதே நன்று. தியான நிலையிலும் சயன நிலையிலும் அவரது விழிகள் மூடி இருப்பது போல அமைக்க வேண்டியதிருக்கும். விழிப்பு நிலையில் அவர் அமர்ந்திருப்பது போல அமைத்தால் பார்ப்பவர்களுக்கு அவரே நேரில் தங்களோடு உரையாடத் தயார் நிலையில் இருப்பதுபோல ஓர் எண்ணம் தோன்றி அவர்கள் உற்சாகம் குறையாமல் இருக்கும் என்பது என் எண்ணம்.''

பிரசேனஜித் அநாத பிண்டிகன் இருவர் முகத்திலும் ஏக காலத்தில் வியப்பும் பிரமிப்பும் ஜீவகனின் நுண் உணர்வு குறித்து எழுந்தன. ஒரு உண்மைக் கலைஞனின் பார்வை எவ்வளவு நுட்பமானது என்பதை இருவரும் புரிந்துகொண்டார்கள். ''அப்படியே'' இருவரின் உதடுகளும் ஒரே நேரத்தில் அசைந்தன.

பெருமானின் உட்கார்ந்த நிலையில் உள்ள உருவம் என்ன அளவுகளோடு இருப்பது என்ற கேள்விக்கு ஜீவகன் தெளிவான பதிலைச் சொன்னான். ''பிரம்மாண்டமான உருவமாக இருப்பின் காண்பவர்களுக்கு இயல்பான சூழலை உருவாக்காது. மானுட உருவம் எப்படி இருக்குமோ அதே அளவில் உருவச் சிலையும் இருப்பதே உத்தமம்.''

அப்படியே அமையட்டும் என்றார்கள் இருவருமே.

சிற்பத்திற்கான கல் எந்த வகை, என்ன அளவு, எங்கிருந்து கொணர்வது என்று எல்லா விஷயங்களையுமே ஜீவகன்தான் தீர்மானித்தான். மறுத்துப் பேச மற்ற இருவருக்கும் எந்த அவசியமும் எழவே இல்லை.

பிரசேனஜித்தும் அநாத பிண்டிகனும் அந்த இடத்தை விட்டு அகலும் போது இருவர் மனங்களும் நிறைந்திருந்தன. பெருமானின் உருவச் சிலை குறித்த காலத்தில் தயாராகிவிடும் என்ற நம்பிக்கை இருவரிடமும் உருவாகி இருந்ததை இருவர் முகங்களும் காட்டின. ஒரே ஒரு வருத்தம்தான். அந்த அற்புதக் கலைஞன் கைகளால் பெருமானின் திரு உருவம் உருவாகுவதை நேரில் காண முடியாதே.

மறுநாளே சிற்பக்கூடம் அமைக்கும் பணிகள் ஆரம்பித்து விட்டன. ஜீவகனின் விருப்பப்படியே வேறு யாரும் உட்புக இயலாத வகையில் பாதுகாப்பு ஏற்பாடுகளுக்கும் பிரசேனஜித் உத்தரவிட்டான். ஜேதவனப் பணிகளுக்கு பாதிப்பு ஏற்படாத வகையில் அன்றன்றைய பணிகள் முடிந்ததும் ஜீவகன் சிற்பக்கூடப் பணிகளைப் பார்வையிட்டு வந்தான்.

ஒரு வார கால அலைச்சலுக்குப் பின் ஜீவகன் கூறியிருந்தபடியே அமைந்த கருங்கல் பாறை ஒன்று யானையால் இழுத்துவரப்பட்ட வாகனம் ஒன்றில் வந்து சேர்ந்தது. ஜீவகன் காட்டிய இடத்தில் இறக்கி வைக்கப்பட்டது. காவல் பணியில் ஈடுபடுத்தப்பட்டவர்களிடம் ஜீவகன் தெளிவாகக் கூறினான். இனி பணி முடிந்து அவன் கூறும் வரை அந்த இடத்திற்கு வேறு யாரும் வரக்கூடாது மன்னன் உட்பட.

சிற்பத்துக்கான கல் வந்து சேர்ந்த இரவு ஜீவகன் தனியாக இருக்கும்போது அவன் விதித்த நிபந்தனை குறித்து அவன் மனத்தில் எண்ணங்கள் உருவாகி உதடுகளில் புன்னகை தவழ்ந்தது. மன்னனும் அநாத பிண்டிகனும் தன்னைச் செருக்கு உடையவன் என்று நினைத்திருப்பார்கள். நினைத்துவிட்டுப் போகட்டும். ஆனால் வேறு வழி இல்லை.

பார்சுவநாதர் சிற்பத்தை உருவாக்குகையில் ஏற்பட்ட அனுபவமே அவனது அந்த முடிவிற்குக் காரணம் என்பது அவர்களுக்குத் தெரியாது. வாரணாசி அரச வம்சத்தில் பிறந்து சமண தீர்த்தங்கரராக மாறிய பார்சுவநாதருக்கு காசிகோசல தேசத்தில் ஒரு சிற்பம் நிறுவப்பட முடிவான போது, அந்தப் பணி ஜீவகன் வசம் ஒப்படைக்கப்பட்டது.

சில நூற்றாண்டுகளுக்கு முன் வாழ்ந்து மறைந்திருந்த அவரது உருவம் எப்படியிருக்கும் என்று யாருக்குமே தெரியாத நிலையில் அவரது வாழ்க்கை, அவரது உபதேசங்கள், அவர் குறித்து அவரது சீடர்கள் உருவாக்கியிருந்த கல்வெட்டுகள் என்று தேடித் தேடி அறிந்து ஜீவகனாகவே அவரது உருவம் இப்படித்தான் இருந்திருக்க வேண்டும் என்று தீர்மானித்துப் பணிகளை ஆரம்பித்து சிற்பமும் சிறப்பாக உருவாகிக்கொண்டிருந்தது.

பார்சுவநாதரை நேரில் பார்த்தவர்கள் யாருமே கிடையாது என்ற போதிலும் உருவாகிக்கொண்டிருந்த சிற்பத்தைப் பார்ப்பவர்கள் சொல்லிய மாறுதல்கள் ஜீவகனுக்கு வெறுப்பை ஏற்படுத்தின. ஒரு கட்டத்தில் பொறுக்க முடியாமல் பாதி முடிந்திருந்த சிற்பத்தை எந்த உளியால் உருவாக்கினானோ அதே உளியால் உடைத்தெறிந்து

விட்டுக் கிளம்பிவிட்ட ஜீவகனை நிறுத்திவைக்கப் பெரும்பாடு பட வேண்டியிருந்தது. பலரும் வேண்டிக்கொண்டதால் ஜீவகன் மீண்டும் புதிய சிற்பத்தை உருவாக்கத் தொடங்கினான் ஒரே ஒரு நிபந்தனையுடன். சிற்பம் முடியும் வரை வேறு யாரும் பார்க்கக் கூடாது. அப்படி அவன் உருவாக்கிய சிற்பத்தின் அழகில் காசி கோசல தேசமே மயங்கிவிட்டது. சிலை பார்வைக்கு வந்த நாளிலிருந்து தினமும் ஆயிரக்கணக்கான மக்கள் வந்து பார்த்து அதன் புகழைப் பரப்பிக் கொண்டிருந்தனர்.

பார்சுவநாதர் சிற்பப் பணியில் கிடைத்த அநுபவமே புத்தர் உருவப் பணியை மேற்கொள்ள அவன் விதித்த நிபந்தனைக்குக் காரணம் என்று கோசல தேச மக்களுக்குத் தெரிய வாய்ப்பில்லை. கண்ணால் காணாத ஒரு தீர்த்தங்கரரின் உருவத்தை அமைக்கும் போதே அத்தனை மாறுதல்களைச் சொல்லும் மக்கள் சம காலத்தில் வாழ்ந்து கொண்டிருக்கும் பெருமானின் உருவத்தில் எத்தனை மாறுதல்களைச் செய்யச் சொல்லுவார்கள் என்பது புரியாதவனா ஜீவகன்.

எண்ண ஓட்டத்தின் நடுவில் ஜீவகனுக்கு அவன் இதுவரை புத்தர் பெருமானை நேரில் பார்த்ததில்லை என்ற உண்மை மனத்தில் உறைக்க அவனிடம் இலேசான புன்னகை துளிர்த்தது. ஆயினும் அவனுக்கு அவன் தொழில் மீது உள்ள நம்பிக்கை மற்றவர்களை விட அதிகமாகவே தெரியும். அந்தக் கணத்தில் இருந்து அவன் எண்ணம் முழுவதும் புத்தரின் போதனைகள் குறித்தே இருந்தன.

ஜேதவனக் கற்பணிகள் முழுமையடைந்ததும் அதற்கான கூலியை அநாத பிண்டிகனிடம் பெற்ற அடுத்த நாளே ஜீவகன் புத்தர் பெருமான் உருவத்தை உருவாக்கும் பணிகளில் ஈடுபட்டுவிட்டான் என்பதை சிற்பக் கூடத்தில் இருந்து கிளம்பிய உளி ஓசை உணர்த்தியது. தன் கனவு நிறைவேறப்போகும் நாள் தூரத்தில் இல்லை என்று அகம் மகிழ்ந்தான் பிரசேனஜித். அநாத பிண்டிகனும் மகிழ்ச்சியோடு ஜேதவனத்தில் எஞ்சிய பணிகளைத் துரிதப்படுத்துவதில் கவனம் செலுத்தத் தொடங்கினான்.

தினமும் ஆதவன் ஒளி வரும் முன்பே சிற்பக் கூடத்தில் இருந்து உளியோசை கேட்க ஆரம்பித்துவிடும். இடை இடையே சிறிய இடைவெளிகளோடு அது இரவு இருட்டு வந்து வெகு நேரமாகியும் கேட்டுக்கொண்டே இருக்கும். ஒவ்வொரு நாள் மாலையும் ஜீவகன் கூடத்திற்கு வெளியே வந்து காத்திருக்கும் பிரசேனஜித்திடமும்

அநாத பிண்டிகனிடமும் சிற்பப் பணி குறித்துச் சிறிது நேரம் பேசிக் கொண்டிருப்பான். பணிகள் முடிய தோராயமாக இன்னும் எத்தனை நாட்கள் ஆகும் என்று தினமும் தகவலைப் பறிமாறிக்கொள்வான்.

அதற்கிடையே புத்தர் பெருமான் சிராவஸ்தி நகருக்கு வந்து சேரும் நாள் குறித்த தகவல்களும் ஓரளவிற்குத் தெளிவாகியிருந்தன. ஜேதவனப் பணிகளும் முழுமையடைந்து ஆசிரமம் பகவானின் வருகைக்குத் தயாராகி இருந்தது.

“இன்று இரவோடு பணி முடிந்துவிடும். நாளை காலையில் புத்தரின் திரு உருவத்தை அனைவரும் காணலாம்” வழக்கமான மாலை நேர உரையாடலின் முடிவில் ஜீவகன் கூறியதும் பிரசேனஜித்தின் மனம் அதுவரை அவன் வாழ்க்கையில் அனுபவிக்காத மகிழ்ச்சியை வெளிப்படுத்தியது. அநாத பிண்டிகனும் மகிழ்ச்சியிலிருந்தான். அநேகமாக புத்த பெருமானும் நாளை அங்கு வந்து விடுவார் என்ற செய்தி சற்று முன்தான் வந்து சேர்ந்திருந்தது. எத்தகைய தருணமாக அமையப்போகின்றது அது.

தனது கனவு நனவாகும் நேரமும் புத்தர் பெருமான் தனது நகருக்கு முதல் முதலாக வருகை தரப் போகும் நாளும் ஒன்றாக அமையப் போவதில் பிரசேனஜித்துக்கு இரட்டிப்பு மகிழ்ச்சி. அவனுக்கு அப்போதே தனது கனவை நனவாக்கப் போகும் பகவானின் திருஉருவத்தைக் காண வேண்டும் என்ற ஆவல் உதித்தது. ஆனால், ஜீவகனின் அனுமதி இன்றி அது நடவாதே. அன்று இரவு அவனுக்குத் தூக்கம் சரியாக வரவில்லை.

மறுநாள் விடிவதற்கு முன்பே ஜேதவனத்தின் ஒரு பகுதியில் அமைந்திருந்த சிற்பக் கூடத்திற்கு முன்னால் பெரும் கூட்டம் கூடி இருந்தது. பிரசேனஜித்தும் அநாத பிண்டிகனும் ஜீவகன் வெளிப்படக் காத்திருந்தார்கள்.

எத்தகைய நாள் அது! புத்தர் பெருமானின் காலடி முதல் முதலாகத் தங்கள் நகரில் பதியப்போகின்றது. அத்தோடு ஜீவகன் கைவண்ணத்தில் உருவான பகவானின் திரு உருவச் சிலையைக் காணப்போகிறோம். கூடி இருந்த அத்தனை பேரின் முகத்திலும் பலத்த எதிர்பார்ப்பு.

ஒவ்வொருவரும் மற்றவர்களோடு உரையாடிக்கொண்டிருந்ததால் ஏற்பட்டிருந்த சலசலப்பு ஜீவகன் கூடத்தில் இருந்து வெளிவந்ததைப் பார்த்ததும் அப்படியே அடங்கிப்போனது. ஜீவகன் கை காட்டியதும்

வலிமையான உடல் அமைந்த சிலர் கூடத்திற்குள் அவனைத் தொடர்ந்து சென்றார்கள். ஜீவகனின் கட்டளைப்படி துணியால் மூடப்பட்டிருந்த சிலையை மிகக் கவனமாகத் தூக்கிக் கொண்டு வெளிப்பட்டார்கள். சிலையை நிறுவுவதற்காகவே ஓர் அரச மரத்தடியில் அமைக்கப்பட்டிருந்த கல் மேடையில் அதனை இறக்கி வைத்தார்கள்.

ஜீவகன் சிலை அருகில் சென்று நிதானமாக அதே நேரத்தில் மிகக் கவனத்தோடு சிலையை மூடியிருந்த துணியை அகற்றினான். அத்தனை பேரிடமிருந்தும் மெல்லியதாக வெளிப்பட்ட வியப்பொலி சற்று நேரத்தில் ஆனந்தக் குரலாக வலுவடைந்திருந்தது. பகவானின் உருவத்தைப் பார்க்க ஒவ்வொருவரும் முண்டியடித்துக் கொண்டிருந்தார்கள். காவலர்கள் அந்தக் கூட்டத்தை நெறிப்படுத்த மிகவும் சிரமப்பட வேண்டியதிருந்தது. சிற்பத்தில் ஜீவகனின் கைவண்ணம் பளிச்சென்று தெரிந்தது. அமர்ந்த நிலையில் பகவான் எதிரில் இருப்பவர்களோடு பேசிக்கொண்டிருப்பது போல அமைந்திருந்தது. சிற்பமே அவ்வளவு ஈர்ப்பை ஏற்படுத்தும்போது அவரை நேரில் பார்க்கையில் ஏற்படப் போகும் உணர்வுகள் குறித்து அவர்கள் தங்களுக்குள் பேசிக் கொண்டிருந்தார்கள்.

பிரசேனஜித் ஆனந்தப் பெருவெளியில் மிதந்துகொண்டிருந்தான். அவனும் அதுவரை புத்தரை நேரில் பார்த்ததில்லை என்பதால் ஜீவகனின் கைவண்ணத்தில் உருவான உருவம் பகவானை நேரில் பார்ப்பது போன்ற மகிழ்ச்சியை அவனிடம் உருவாக்கியிருந்தது.

ஆனால் அந்த மகிழ்ச்சியை அதிக நேரம் நீடிக்க விடாமல் ஆக்கி விட்டது கூட்டத்தில் இருந்து கிளம்பிய ஒரு குரல். கூடியிருந்தவர்களில் வயதில் மூத்தவனான அந்த மனிதன் பேசியவாறே சிற்பத்தின் முன் வந்து நின்றான்.

“சிற்பம் அற்புதமாக உள்ளது. ஆனால் ஒரே ஒரு குறை...”

“என்ன சொல்கிறீர்கள் பெரியவரே?” பிரசேனஜித்தின் குரலில் கவலை. அவ்வளவு செலவு செய்து உருவாக்கிய படைப்பில் குறையா? என்னவாக இருக்கும்?

“பெருமானைப் பல முறை நேரில் பார்த்தவன் என்ற முறையில் அதை என்னால் சொல்லாமல் இருக்க இயலாது.”

பிரசேனஜித் அநாத பிண்டிகனைப் பார்த்தான்.

“ஆமாம் இவர் இதற்கு முன்பு பல முறை பகவான் இருக்கும் இடங்களைத் தேடிச் சென்று அவரது உபதேசங்களைக் கேட்டு உள்ளம் தெளிவடைந்து வந்தவர். பகவான் இங்கு நேரில் வரும்போது பிட்சு சங்கத்தில் சேரப் போவதாகவும் சொல்லிக்கொண்டுள்ளார். உண்மையில் இவர் பகவானின் பிரசங்கங்களைக் கேட்டுவிட்டு வந்து என்னிடம் பலமுறை சொல்லப் போய்தான் எனக்கு பகவானின் பிட்சு சங்கத்துக்கு இங்கு ஒரு விஹாரத்தை உருவாக்க வேண்டும் என்ற எண்ணம் உருவானது. ஆனால் நானும் இதுவரை பகவானை நேரில் பார்த்தது இல்லை என்பதால், அவர் எதைக் குறையாகக் கருதுகிறார் என்று தெரியவில்லை. என்னைப் பொறுத்தவரை சிற்பத்தில் எந்தக் குறையும் இருப்பதாகத் தெரியவில்லை. சிற்ப சாஸ்திரம் ஓரளவிற்குத் தெரிந்தவன் என்ற முறையில் சொல்கிறேன். என்ன குறை என்று அவரே சொல்லட்டும்.”

அந்த உரையாடல்களால் எந்த விதத்திலும் பாதிக்கப்படாதவனாக ஒரு ஓரமாக நின்று சிற்பத்தையே பார்த்துக்கொண்டிருந்தான் ஜீவகன்.

“சிற்ப அமைப்பில் எந்தக் குறையும் இல்லை. ஆனால் பகவானின் முகம் அவருடையதைப் போல அமையவில்லை என்பதுதான் குறை” அந்த முதியவனின் குரல் அவனது வயோதிகத்தைக் காட்டியது.

“விரிவாகச் சொல்லுங்கள் பெரியவரே.”

“ஆம், பெருமானை நேரில் பார்த்தவர்கள் இந்தச் சிற்பத்தின் முகத்தில் உள்ள குறையை உணர்வார்கள். கடினமான தவத்தாலும் பின்னர் அதனால் பயனில்லை என்று உணர்ந்து தீவிரமான தியானத்தில் ஈடுபட்டும் போதி மரத்தடியில் ஞானோதயம் அடைந்த புத்த பெருமானின் முகத்தில் அவரது தீவிரமான தியானத்தின் பலனாக அமைந்துள்ள தீர்க்கமான பார்வை இந்த உருவத்தின் முகத்தில் காணப்படவில்லை என்பது என் எண்ணம். அந்தத் தீர்க்கமான பார்வைதான் புத்த பெருமானின் தனி அடையாளம். ஆனால் சிற்பி அமைத்துள்ள இந்த உருவத்தில் அந்தத் தீர்க்கமான பார்வை காணக் கிடைக்கவில்லை. பதிலாக பகவானின் முகம் ஏதோ குழந்தையின் முகம் போல உள்ளது என்று நான் கருதுகிறேன். பகவானை நேரில் பார்த்தவர்கள் இதை அவரது உருவமாகக் கருத மாட்டார்கள். யாரோ ஒரு சிரமணர் என்றுதான் கூறுவார்கள். பகவானை நேரில் பார்த்தவர்கள் வேறு யாராவது இங்கு இருப்பின் அவர்களும் தங்கள் கருத்தைச் சொல்லலாம்.”

கூட்டத்தில் இருந்த ஒரு சிலர் அந்த முதியவரின் கருத்தை ஆமோதித்தனர்.

“ஆம், நான் ஒரே ஒரு முறைதான் பகவானை நேரில் பார்த்துள்ளேன். பெரியவர் சொல்வது சரிதான். முதல் பார்வைக்கு எனக்குப் புலப்படவில்லை. இப்போது கூர்ந்து பார்க்கையில் தெரிகிறது. இந்த உருவத்தின் முகத்தில் பகவானின் பார்வையில் உள்ள கூர்மையும் தீர்க்கமும் இல்லை.” இளைஞன் ஒருவன் சிற்பத்தின் அருகில் வந்து நின்று சொன்னான். தொடர்ந்து வேறு சிலரும் அதே கருத்தை முன்வைத்ததும் பிரசேனஜித்தின் முகம் வாடிப்போனது. அவ்வளவு பொருட்செலவில் உருவான சிற்பம் பகவானின் உண்மை உருவத்தைப் பிரதிபலிக்கவில்லை என்ற எண்ணம் அவன் மனத்தை வாட்டியது. அவன் இதை எதிர்பார்க்கவில்லை. அதுவும் பகவான் இன்னும் சிறிது நேரத்தில் அங்கே வந்துவிடுவார் என்ற நிலையில் இப்படி ஒரு சோதனையா? ஜீவகனின் நிபந்தனைக்கு ஒத்துக்கொண்டது தன் தவறுதான் என்று மனம் குமைந்தான்.

“என்ன சொல்கிறீர் ஜீவகன்?”

“முதியவர் சொல்வது குறித்து கருத்து எதுவும் சொல்ல இயலாது. அவர் என்ன சொல்ல விழைகிறார் என்றும் எனக்குத் தெரியாது.”

“எனில் நீங்கள் பெருமானை இதுவரை பார்த்ததில்லையா?”

“இல்லை” ஜீவகனின் குரல் தெளிவாக இருந்தது. “ஆனால் அவரது உபதேசங்கள் பற்றித் தெரியும். அவரது மனத்தில் உள்ள எண்ணங்கள் குறித்தும் தெளிவாக அறிவேன். அதன் அடிப்படையில்தான் அவரது முகத்தை வடித்தேன்.”

“பகவானை நேரில் பார்த்ததில்லை என்பதை ஏன் முன்னரே சொல்லவில்லை?” அநாத பிண்டிகன் குரலில் வருத்தம் தொனித்தது.

“புத்தம் குறித்து உண்மையில் அறிந்தவர்கள் புத்தனை நேரில் பார்க்க வேண்டியது அவசியமில்லை என்பது என் உறுதியான எண்ணம்” ஜீவகனின் குரல் தொய்வில்லாமல் வெளிவந்தது. என்ன இப்படிச் சொல்கிறான் என்பது போல அநாத பிண்டிகனைப் பார்த்தான் பிரசேனஜித். பிண்டிகனும் என்ன பதில் சொல்வது என்று புரியாமல் ஜீவகனைப் பார்த்தான்.

“இதுகுறித்து அதிகமாக என்னால் எதுவும் கூற இயலாது. இன்னும்

சிறிது நேரத்தில் புத்தரே இங்கு வருகிறார்தானே. அவரைப் பார்த்த பின் நீங்கள் எந்த முடிவை வேண்டுமானாலும் எடுத்துக் கொள்ளுங்கள். நான் உருவாக்கிய இந்தப் படைப்பு பகவானின் உருவத்தைப் பிரதிபலிப்பதாக இல்லை என்று கருதினால் எனக்கான கூலி எதையும் நீங்கள் தர வேண்டாம். சிற்பத்தை என்ன செய்வது என்பதையும் நீங்களே முடிவு செய்துகொள்ளலாம்'' ஜீவகனின் பதில் எந்தத் தயக்கமும் இன்றித் தீர்க்கமாக இருந்தது.

அடுத்து என்ன முடிவெடுப்பது என்று பிரசேனஜித்தும் அநாத பிண்டிகனும் யோசித்துக்கொண்டிருக்கும் போதே புத்தர் வந்து கொண்டிருக்கும் திசையில் இருந்து ஒலிகள் பலத்து ஒலித்தன.

புத்தம் ஸரணம் கச்சாமி
தம்மம் ஸரணம் கச்சாமி
ஸங்கம் ஸரணம் கச்சாமி

பகவான் தன் சங்கத்தோடு நெருங்கி வந்து விட்டார் என்பதை அருகில் ஒலித்த சரணகமனம் உணர்த்தியதும் அங்கு பரபரப்பு தொற்றிக் கொண்டது. பகவானின் சிற்பம் குறித்து மறந்துபோனவர்களாக அனைவரும் ஒலி வந்த திசை நோக்கி நகரத் தொடங்கினார்கள். பிரசேனஜித்தும் அநாத பிண்டிகனும் முன்னே நடக்க அவர்கள் பகவானையும் சங்கத்தையும் வரவேற்கக் கிளம்பினார்கள். ஜீவகன் மட்டும் சிற்பத்தின் முகத்தைக் கூர்ந்து பார்த்தவாறு அங்கேயே நின்று கொண்டிருந்தான். ஜேதவனத்தின் முகப்பிலேயே புத்த பெருமானையும் அவரைத் தொடர்ந்து வந்த சங்கத்தையும் சந்தித்துவிட்டார்கள். பகவானை முதன் முதலாக நேரில் பார்த்த பரவசம் அனைவருக்கும். சரணகமனத்தை உச்சரித்தவாறே பெருமானை ஆசிரமத்திற்கு அழைத்து வந்தனர்.

ஆசிரமத்தில் நுழையும் முன்பே பகவானின் சிற்பமும் அருகில் நின்ற ஜீவகனும் கண்களில் படவே அதுவரை மறந்திருந்த சிலை குறித்த பிரச்சினை மீண்டும் அவர்கள் மனத்தில் புகுந்துகொண்டது. அனைவரின் பார்வையும் பகவானின் முகத்தின் மீது பதிந்தன. சிற்பத்தைப் பார்த்துவிட்ட புத்தர் அது குறித்து அறிந்துகொள்ளும் நோக்கில் அநாத பிண்டிகனைப் பார்த்தார்.

“பகவானே, தங்களுக்கு உருவ வழிபாட்டில் நம்பிக்கை கிடையாதென்பது நாங்கள் அறிந்ததே. இந்தச் சிற்பம் வழிபாட்டிற்காக உருவாக்கப்பட்டதில்லை. சங்கக் கூட்டங்களுக்காக உருவாக்கப்பட்ட

இந்த விஹாரத்தில் நீங்கள் இல்லாதபோது வருபவர்கள் தங்களைக் காணாமல் ஏமாற்றம் அடையக் கூடாதே என்று நினைத்தோம். அவ்விதம் வருபவர்கள் இந்த உருவத்தைப் பார்த்து மனம் மகிழ்வார்கள் என்ற எண்ணத்தில்தான் இந்தச் சிலையை வடிக்க பிரசேனஜித் முடிவெடுத்தார்."

"சிலையை உருவாக்கிய சிற்பி மிகவும் திறமை வாய்ந்தவர்தான். ஆனால் அவர் தங்களை இதுவரை நேரில் பார்த்ததில்லை என்பதால் உங்கள் முகத்தை அவரால் உள்ளது போலவே வடிவமைக்க இயலாமல் போய்விட்டது. பகவானை பல முறை நேரில் பார்த்த முதியவர் ஒருவர்தான் அதைச் சுட்டிக் காட்டினார். அது குறித்துதான் சற்று முன் அனைவரும் பேசிக்கொண்டிருந்தோம். தங்களை நேரில் பார்த்து விட்டதால் முதியவர் சொன்னது உண்மை என்று உணர்கிறோம். இதற்குப் பதிலாக வேறு சிலை அமைப்பது என்று ஏற்கனவே முடிவெடுத்துவிட்டோம்."

தொடர்ந்து அநாத பிண்டிகன் காலையில் இருந்து அங்கு நடந்த எல்லாவற்றையும் எதுவும் விடாமல் புத்தரிடம் விளக்கமாகக் கூறினான்.

கௌதமரின் பார்வை ஒதுங்கி நின்ற ஜீவகனின் மீது திரும்பியது. அவன் அங்கு நடப்பதற்கும் தனக்கும் சம்பந்தமே இல்லாதவன் போல சிற்பத்தின் முகத்தையே பார்த்தவாறு நின்றுகொண்டிருந்தான்.

"சிற்பம் வழிபாட்டு நோக்கில் செய்யப்படவில்லை என்று நீங்கள் கூறிவிட்டதால் அது குறித்து எதுவும் கூறப் போவதில்லை நான். எனினும் அந்தச் சிற்பியோடு சிறிது நேரம் உரையாட விரும்புகிறேன். புத்தர் ஜீவகனருகில் சென்றார். அரச மரத்தடியில் சிற்பத்தின் அருகில் புத்தரும் ஜீவகனும் தனியாக நின்றனர். என்ன உரையாடுகிறார்கள் என்று கேட்காத தூரத்தில் மற்றவர்கள் அவர்கள் இருவரையும் பார்த்தவாறு நின்றனர்.

சற்று நேர உரையாடலின் முடிவில் புத்தர் அருகில் இருந்த ஏரிக்குச் சென்று கரையில் நின்று குனிந்து அதன் தெளிந்த நீர்ப் பரப்பில் தன் முகத்தைப் பார்த்தவாறே இருந்தார். பின்னர் ஜேதவனம் விஹாரத்தின் நுழைவாயிலருகில் வந்தார்.

"நல்லது. நம் சங்கக் கூட்டங்களுக்கு ஏற்ற இடத்தை அருமையாக அமைத்துள்ளீர்கள். இன்னும் ஒரு வார காலத்தில் மாரிக்காலம் துவங்கிவிடும். முதல் மழைத்துளி மண்ணில் விழுந்ததும் நாம்

நமது சாதுர் மாசக் கூட்டத்தை இங்கே வைத்துக் கொள்ளலாம். ஒரு வார காலம் நான் தனிமையில் தியானத்தில் அமர விரும்புகிறேன். அதுவரை நமது பிட்சுக்கள் மக்களோடு உரையாடுவார்கள். இந்தச் சிற்பம் குறித்த முடிவை சாதுர் மாசக் கூட்டத்தின் போது எடுத்துக் கொள்ளலாம்.''

பிரசேனஜித்தும் அநாத பிண்டிகனும் அந்த முடிவை ஏற்றுக்கொள்வது போலத் தலையை அசைத்தனர்.

புத்தர் தியானம் செய்வதற்காகவே ஜேதவனத்தின் நடுப்பகுதியில் வெகு காலமாக அங்கு நின்றுகொண்டிருந்த சில அரச மரங்கள் இருந்த பகுதியைக் கூரை இன்றி இயற்கையான சூழலில் அமைத்திருந்தார்கள். பிரசேனஜித்தும் பிண்டிகனும் புத்தரையும் அவரது சீடர்களையும் அங்கு அழைத்துச் சென்றார்கள். புத்தரை ஓய்வெடுக்க வைத்துவிட்டு ஆனந்தனையும் மற்ற சீடர்களையும் விஹாரத்தைச் சுற்றிக் காட்ட அழைத்துச் சென்றனர்.

வெளியில் இருந்த மக்களுக்கு புத்தர் பெருமானை நேரில் பார்த்ததால் ஏற்பட்டிருந்த மகிழ்ச்சி அவரது உரைகளை இன்னும் ஒரு வாரம் கழித்துதான் கேட்க முடியும் என்பது தெரிந்ததும் சற்றே வடிந்து விட்டது. ஆயினும் அதுவரை ஆனந்தனும் மற்ற சீடர்களும் பகவானின் உபதேசங்களைத் தங்களுக்கு விரிவாக உரைப்பார்கள் என்று சமாதானம் சொல்லிக்கொண்டார்கள். பிரசேனஜித்திற்கும் அநாத பிண்டிகனுக்கும் அதே வருத்தம்தான். கூடவே சிலை குறித்து பெருமான் என்ன சொல்லப் போகிறார் என்ற ஆர்வம் வேறு சேர்ந்துகொண்டது. ஒரு வேளை சிற்பத்தில் பகவான் ஏதேனும் மாறுதல்கள் சொன்னால் ஜீவகனை வைத்தே அவற்றையும் செய்து முடித்து விடலாம் என்ற எண்ணமும் ஓடியது. அதுவரை ஜீவகன் அங்கேயே இருப்பது என்று முடிவெடுத்து அவனிடமும் கூறிவிட்டார்கள்.

ஒரு வார காலம் என்பது மிக நீண்டது அல்லதான். எனினும் சிராவஸ்தி நகர மக்களுக்கு மிக நீண்டதாகவே பட்டது. புத்தர் பெருமான் ஜேதவனத்தில்தான் உள்ளார்; எனினும் அவரை நேரில் பார்க்க இயலவில்லையே என்ற வருத்தம். ஆனாலும் ஆனந்தனும் பிற சீடர்களும் தினமும் பகவானின் உபதேசங்களை அவர்களுக்கு விரிவாக உரைத்துக் கொண்டிருப்பதில் சற்றே அமைதி அடைந்தார்கள்.

சரியாக ஒரு வார காலத்தில் முதல் மழைத் துளி ஜேதவனத்தின் தரையில் வீழ்ந்தது. கூடியிருந்த மக்கள் மனத்தை உற்சாகம் பற்றிக்

கொண்டது. அனைவரின் பார்வையும் ஜேதவனத்தின் வாயிலில் பதிந்திருந்தது.

சொன்னது போலவே பகவான் வெளியே வந்தார். ஒவ்வொருவரின் உதடுகளும் சரணகமனத்தை உச்சரித்தன. பிரசேனஜித்தும் அநாத பிண்டிகனும் பகவானின் முகத்தையே பார்த்துக்கொண்டிருந்தனர்.

ஆ! என்ன ஒரு மாற்றம். ஒரு வாரத்திற்கு முன் பார்த்த பகவானின் முகத்திற்கும் அப்போது பார்க்கும் முகத்திற்கும் நடுவில்தான் எத்தனை வேறுபாடு. அவரது முகத்தில் இருந்த இறுக்கமும் தீர்க்கமான பார்வையும் விலகியிருந்தன. சாந்தமும் அமைதியும் மட்டுமே அதில் தென்பட்டன. இருவரும் பகவானின் முகத்தையும் ஜீவகனின் படைப்பின் முகத்தையும் மாறி மாறிப் பார்த்தவாறே திகைத்துப் போய் நின்றனர். பகவானின் முகத்திற்கும் ஜீவகன் படைத்திருந்த முகத்திற்கும் சிறு கீறல் கூட வித்தியாசம் இல்லை.

“என்ன பார்க்கிறீர்கள் இருவரும்? ஜீவகன் உருவத்தை வடிக்கும் சிற்பி மட்டுமல்ல. மனித மனத்தையும் வடிக்கத் தெரிந்தவன். அன்று அவனோடு உரையாடிய போதுதான் அதைக் கண்டுகொண்டேன். சமீப காலத்தில் என் முகத்தை நான் பார்த்ததேயில்லை. ஏரி நீரில் பார்த்தபோதுதான் ஜீவகனின் கூற்று எவ்வளவு உண்மை என்று உணர்ந்தேன். ஆம், அன்று நீங்கள் பார்த்த முகம் என் மனத்தைப் பிரதிபலிக்கவில்லை. இதோ இப்போது பார்க்கிறீர்களே இதுதான் எனது மனத்தை அப்படியே பிரதிபலிக்கும் எனது உண்மையான முகம். இந்த முகத்தை உருவாக்கிக் கொள்ளவே ஒரு வார காலம் தனிமையில் தியானத்தில் இருந்தேன். அவ்வளவு எளிய காரியம் இல்லை என்பதை உணர்ந்துகொண்டேன். ஆயினும் உண்மையான முயற்சி பலன் அளிக்காமல் போகாதே. இதோ என் மனத்தை உங்களுக்குக் காட்டும் முகத்தோடு உங்கள் முன் நிற்கிறேன். ஒரு போதி மரத்தின் கீழ் என் மனம் ஞானத்தை அடைந்தது. ஜீவகன் வடித்த சிற்பத்தின் மூலம் என் முகத்தை நான் பெற்ற ஞானத்திற்கு ஏற்ப தகவமைத்துக் கொண்டேன்” புத்த பெருமானின் சொற்கள் அவர்கள் இருவருக்கு மட்டுமில்லை என்பது போல அவரது பார்வை கூடியிருந்த அனைவரின் மேலும் பதிந்திருந்தது.

அனைவரது பார்வையும் சிற்பத்தின் அருகில் நின்றுகொண்டிருந்த ஜீவகன் பக்கம் திரும்பியது. சிலையின் முகத்தில் புத்தரின் முகத்தில் காணப்பட்ட அதே சாந்தமும் அமைதியும்.

ஜீவகன் தன் தொழில் உபகரணங்கள் அடங்கிய தோல் பையைத் தன் தோளில் சார்த்திக் கொண்டு அங்கிருந்து கிளம்பத் தயாராகிக் கொண்டிருந்தான். அவனது உதடுகள் இலேசாக அசைந்தன. வெளியான ஒலி அவனைத் தவிர வேறு யாருக்கும் கேட்டிராது.

புத்தம் ஸரணம் கச்சாமி
தம்மம் ஸரணம் கச்சாமி
ஸங்கம் ஸரணம் கச்சாமி

★★★

சுப்ரா

முழுப்பெயர் வே. சுப்ரமணியன். சொந்த ஊர் நெல்லை மாவட்டம் அம்பாசமுத்திரம் அருகில் கோவில்குளம். பிறப்பு – 13 ஏப்ரல் 1956. தற்சமயம் திருநெல்வேலியில் வசித்து வருகிறார். தமிழ்நாடு குடிநீர் வடிகால் வாரியத்தில் பொறியாளராகப் பணியாற்றி ஓய்வு பெற்றவர். படிப்பதிலும் எழுதுவதிலும் ஆர்வம் உள்ளவர். படிப்பதில் இருந்த ஆர்வம் எழுதத் தூண்டியதால் எழுதத் துவங்கியவர். முதல் சிறுகதை 1979ல் குமுதம் நடத்திய இளைய தலைமுறையினருக்கான சிறுகதைப் போட்டியில் 'ஒரு மாலை நேரத்தில் என் மனம் அழுகின்றது' இரண்டாவது பரிசு பெற்று பிரசுரம் ஆனது. அக்டோபர் 1993ல் சுபமங்களாவில் வெளிவந்த 'குடை' சிறுகதை அந்த மாதத்தின் சிறந்த சிறுகதையாக இலக்கியச் சிந்தனை அமைப்பால் தேர்ந்தெடுக்கப்பட்டது. இதுவரை வெளியாகியுள்ள நூல்கள்: தொடர்ந்து படிகளில் ஏறி... (சிறுகதைத் தொகுப்பு). வண்டறிந்த இரகசியம் (கவிதைத் தொகுப்பு)
மின்னஞ்சல்: subra56manian@gmail.com

அம்மாவின் பிடிவாதம்

ஆரூர் பாஸ்கர்

'விமான நிலையத்துக்குச் செல்லும் வழி' என்றிருந்த நெடுஞ்சாலையில் வலது புறம் இணைந்தபோது நேரம் மதியம் இரண்டு மணி. வழக்கத்துக்கு மாறாக கதிரவன் கருணையின்றி சற்று கூடுதல் உக்கிரமாயிருப்பது போலத் தோன்றியது. சன்னமான ஏசி-யின் குளிர் காருக்குள் பரவி இருந்ததால் வெயில் அவ்வளவாக உள்ளே தெரியவில்லை. சாலையில் துரிதமாக விரையும் கார்கள். அதன் ரப்பர் டயர்கள் சிமெண்டில் உராய்ந்து ஏற்படுத்திய 'டப் டப்' எனும் ஓசை மட்டும் தொடர்ச்சியாகக் கேட்டுக்கொண்டிருந்தது.

சாலையில் போக்குவரத்து மிதமாக இருந்ததால் சரியான நேரத்துக்கு ஏர்போர்ட்டை அடைந்துவிட முடியும் எனத் தோன்றியது. ஆனால், எதிர்த்திசையிலோ வழக்கத்துக்கு மாறாக கார்கள் இயந்திர நத்தைகளாக ஊர்ந்துகொண்டிருந்தன. ஏதோ விபத்து நடந்திருக்கும் என நினைத்தபடி ரியர்வியூ கண்ணாடியில் முதுகுபுறம் வரும் வண்டிகளைக் கவனித்தேன். கண்ணாடியில் அம்மாவின் முகம்.

நெற்றியில் அவள் கீற்றலாக இட்டிருந்த திருநீறு பளிச்சௌனத் தெரிந்தது. அம்மா இப்படித்தான் வெளியூர் கிளம்பினால் வீட்டில் சாமி கும்பிட்டு தலையும் இரண்டு முழங்கால்களும் தரையில் படும்படியாக விழுந்து பயபக்தியோடு திருநீறு இட்டுக்கொள்வாள்.

கோடை விடுமுறைக்கு அமெரிக்கா வந்து தங்கி விட்டு ஊர் திரும்பும் அம்மாவை வழியனுப்பப் போய்க் கொண்டிருக்கிறேன். நாங்கள் அமெரிக்கா வந்த கடந்த பத்து ஆண்டுகளில் எத்தனை முறை அவளை நானும் மாலதியும் வற்புறுத்தி அழைத்து இருப்போம். நல்ல காலம் இந்த முறைதான் இங்கே வர அம்மா ஒத்துக்கொண்டாள்.

ஆரம்பத்தில், “அங்க வந்து நான் என்ன பண்ணப் போறேன்? என்னை நீங்க வந்து பாருங்க...” பிறகு, “20 மணி நேரப் பயணமா? ஐயையோ... அவ்வளவு நேரம் எல்லாம் உட்கார்ந்து வர முடியாது. வயசாயிடுச்சு. முதுகு வலி” பின்பு வீட்டுக்கு ஆள் இல்லை. திருட்டு பயம். என்றெல்லாம் சாக்குப்போக்குகள் பல சொல்லித் தப்பித்துக் கொண்டிருந்தாள்.

ஊரில் அக்கம்பக்கம், உறவினர்கள் என பலரும் சேர்ந்து கட்டாயப்படுத்தியதால் ஒருவழியாக இங்கே மூன்று மாதம் வரச் சம்மதித்தாள். மூன்று மாதம் என்றால் சரியாக மூன்று மாதம் இல்லை. மின்னணுத் தராசில் எடை போட்டது போல எண்ணி, 79.5 நாட்கள் மட்டும்தான். ஆனால், அதையும் சொன்னபடி செய்யாமல் இதோ பாதியிலேயே கிளம்பிவிட்டாள். ஒரே பிடிவாதம்.

ஆரம்பத்தில் நான் பயணத் தேதியை மாற்ற முடியாது என மறுத்தது உண்மைதான். முழுத்தொகையையும் இழக்க வேண்டும், புது விமான டிக்கெட் எடுக்கவேண்டும் என்றெல்லாம் சொல்லிப் பார்த்தேன். பலிக்கவில்லை. அழுது ஆர்ப்பாட்டம் செய்து நினைத்ததைச் சாதித்து விட்டாள்.

இப்போது காரில் வரும் வழியெங்கும் மருமகள் தன்னைக் கவனித்துக் கொண்ட விதத்தைப் பற்றிப் புகழ்ந்து பேசுகிறாள். மழலையாக அமெரிக்க ஆங்கிலத்தில் பேசும் பேத்தி ஸ்ருதியைப் பற்றியும் வாய் ஓயாது இடைவிடாமல் பேசுகிறாள்.

இப்போது இவ்வளவு பேசுபவள், இன்னமும் 1 மாதம் இங்கு தங்கி இருந்துவிட்டு போனால்தான் என்ன? உடனடியாக ஊருக்குப் போக என்ன அவசரம்? அப்படி என்ன இங்கு நடக்கக் கூடாதது நடந்து விட்டது. என உள்ளூர நினைத்துக்கொண்டேன். கூடவே, பயணத் தேதியை மாற்றியதால் தேவையில்லாத அபராதம். கூடுதலாக, இன்சூரன்சு செலவு வேறு. இவற்றை ஒதுக்கினாலும் பெத்த மகனுடனும் அவன் குடும்பத்துடனும் இன்னும் கொஞ்ச நாள் தங்கிவிட்டுப் போனால் என்ன? இப்படி அரக்கப்பரக்கப் போய்

அங்கே சாதிப்பது என்ன? அம்மா ஏன் இப்படி இருக்கிறாள்? என அவள் மேல் சற்று எரிச்சல் கூட வந்தது.

‘அமெரிக்காவில் போய் ஆறு மாதம் மட்டும் தங்குவோம்...’ என விசா ஆபீசரிடம், சொல்லிவிட்டு உள்ளே வரும் சில பெற்றோர்கள் இங்கே விசா நீட்டிப்பு செய்து சில ஆண்டுகள் வரை கூட தங்கி விடுவார்கள். ஆனால், அம்மா மட்டும் ஏன் இப்படிப் பிடிவாதம் பிடித்து இங்கிருந்து அரக்கப்பரக்கக் கிளம்பி ஓடுகிறாள். ஊரில் ஏதோ அவசரத் தேவையிருக்கிறது என்றால் கூட பரவாயில்லை. “நீ இருந்து போ...” எனக் கொஞ்சம் அழுத்திச் சொன்னால், “போதும்டா... அதான் 41 நாள் இருந்துட்டன்ல... அப்புறம் என்ன? நான் வீட்டுக்குப் போகணும்” என்கிறாள்.

அதென்ன 21 நாள்?41 நாள்? ஏதோ விரதம் போல. இந்த எண்ணிக்கை எல்லாம் அவளுக்கு ஒரு பொருட்டே இல்லை. அவளுக்கு இப்போது ஊருக்குத் திரும்பவேண்டும். அவ்வளவே. அடுத்த வாரம் நயாகரா போகலாம் எனப் பெரிய திட்டமெல்லாம் வேறு போட்டிருந்தோம்.

இத்தனைக்கும் இது வெயில் காலம்தான்... இதுவே, டிசம்பர் மாத குளிராக இருந்திருந்தால், இது என்னடா, இப்படிப் பனி கொட்டுது? விஷக் குளிரா இருக்கு. உங்கள மாதிரி எல்லாம் ஸ்வெட்டர், கோட், கையுறை எல்லாம் போட்டுக்கிட்டு என்னால இங்க இருக்க முடியாது. நான் போறேன் என இரண்டே நாளில் இங்கிருந்து ஓடி இருப்பாள்.

முதலில் அம்மாவுக்கு விசா எடுத்து இங்கு அழைத்து வருவதே பெரும்பாடாக இருந்தது. இந்திய நேரத்தில் கண் விழித்துத் தேடித் தேடி தமிழில் விசா நேர்காணலை ஏற்பாடு செய்தால், அவள் பெயரில் போதிய நிதி ஆதாரம் இல்லை. அமெரிக்கா போனால் அவர் அங்கேயே நிரந்தரமாகத் தங்கிவிடுவார் என முதலில் நிராகரித்து விட்டனர். உண்மைதான். அப்பா இருந்தவரை அவருக்கு என நிரந்தரமான வேலை என்று எதுவும் இல்லை. குடும்ப நிலபுலன்களைத்தான் பராமரித்து வந்தார். அதனால், அம்மாவுக்கு ஓய்வூதியம் வருமானம் எனத் தனியாக எதுவும் கிடையாது.

நான் தலையெடுத்த பின்புதான் வீட்டில் எல்லாம். விவசாயத்தில் தொடர்ச்சியான நட்டம். நிலங்கள் படிப்படியாகக் குறைந்து இருந்த கொஞ்ச நஞ்ச குடும்பச் சொத்துகளும் பிரிந்துபோனது. நாங்கள் குடியிருந்த வீடு கூட பங்காளிகள் பெயரில். அம்மாவுக்கு இந்த அமெரிக்க விசா எடுக்க வேண்டி, அவள் பெயரில் ஊரில் பெரிய

நிதி முதலீடு, கூடவே அவள் பெயரில் டவுனில் ஒரு வீடு வாங்கி வைத்த பின்பே அமெரிக்க விசா எடுக்க முடிந்தது. அதற்கு ஆனது மூன்று ஆண்டுகள். அரசின் ஐந்தாண்டுத் திட்டம் போல. அந்த இடைவெளியில்தான் மகள் ஸ்ருதி இங்கு பிறந்து வளர்ந்தாள். இப்போது வரும்போது கூட விமானப் பயணத்தில் தனியாக அம்மா மொழி தெரியாமல் திணறுவாள் என்பதால் அலுவலக வேலையாக இந்தியாவில் இருந்து வரும் ஒருவரைப் பார்த்துக் கோத்துவிட்டேன்.

இவ்வளவு படாத பாடுபட்டு இங்கு வந்து சேர்ந்த ஒரே மாதத்தில் இதோ தனியாக ஊருக்குத் திரும்ப கிளம்பி விட்டாள். வரும்போது விமானத்தில் கொடுத்த ரொட்டி, வெண்ணெய், ரவா உப்புமா எதுவும் சுத்தமாக ஒத்துக்கொள்ளவில்லை. குமட்டல், வாந்தி, தலைச்சுற்றல் என வந்த முதல் மூன்று நாட்கள் படுக்கையிலேயே விழுந்து கிடந்தாள். அங்கே பகல் இங்கே இரவு என்பதால் தனக்கு முன் ஜாமத்திலேயே பளிச்சென விழிப்பு வந்துவிடுவதாக ஒரு வாரம் சொல்லிக்கொண்டிருந்தாள்.

பிறகு, நம்ம ஊரு பாத்ரூம் இங்க இல்லையா. பக்கெட் எங்க? இதென்ன இந்த வீடு இவ்வளவு கம்முனு, பெட்டிக்குள்ள அடைச்ச மாதிரி சத்தமே இல்லாம இருக்கு? இங்க ஆளுங்க எல்லாம் நல்ல வளத்தியா இருக்காங்க. ஆனால், அவங்க கண் ஏன் பூனை போல நீலமா இருக்கு என்பது மாதிரியான அவதானிப்புகள். இவங்க புஸ்ஸு புஸ்ஸு-னு பேசுற இங்கிலீஸ் எனக்குக் கொஞ்சம்கூட புரியவே இல்லைடா என்பது மாதிரியான பல வெளிப்படையான குற்றச்சாட்டுகள். அவள் தனது வாழ்நாளில் இதுவரை பார்த்திராத, வண்ணங்கள், இடங்கள், மரங்கள், வீடுகள், மனிதர்கள் என அனைத்தும் அவளுக்குப் புதிதாக இருந்தன.

நாங்களே இந்த மாநிலத்துக்குக் குடிவந்து சில மாதங்களே ஆகின்றன. அதற்குள் எப்படித் தமிழ் ஆட்களைத் தேடுவது. எங்களுக்குத் தெரிந்தவரை அருகில் இங்கே இந்தியக் குடும்பங்களே இல்லை. பிறகுதானே தமிழ்? அதுவும் அவள் வயதில் எப்படி ஆட்களைத் தேடுவது. மொழி தெரியாத இந்தத் தேசத்தில் பூரணமாக அவள் தன்னை அந்நியமாக உணர்கிறாள் என்பது மட்டும் நன்றாகப் புரிந்தது. இத்தனைக்கும் மாலதி அம்மாவுக்காக வீட்டில் தமிழ் சேனல் இணைப்பு கொடுத்திருந்தாள். ஆனாலும், அக்கம்பக்கம் பழக அவள் வயதுக்கு ஆட்கள் இல்லை என்பது அம்மாவுக்குப் பெரிய குறையாக இருந்திருக்க வேண்டும். பல்லாண்டுகள் போட்டுப்

பழகிய மோதிரத்தைத் தொலைத்துவிட்ட வெறுமை. துணையின்றித் தொட்டியில் நீந்தும் மீனின் தனிமை அவளுக்கு.

ஒருமுறை இந்திய காய்கறி வாங்கப் போயிருந்த மளிகைக் கடையில் ஒரு தமிழ்க் குடும்பத்தைப் பார்த்தோம். சொந்த ஊர் மதுரையாம். உடன் வந்திருந்த ஒரு வயதான பெண்மணியுடன் கொஞ்ச நேரம் பேசிக் கொண்டிருந்தோம். மகளுக்குத் தலைப்பிரசவம் என்றார். அன்றுதான் அம்மாவின் முகத்தில் பழைய மலர்ச்சி லேசாகத் தென்பட்டது.

அந்தச் சந்திப்புக்குப் பின், ''மக பிரசவத்துக்கு வரும்போது கூட விசா ஆபிசரிடம் அதைச் சொல்லாம மறைக்கணுமாமே இங்க...? இது என்ன உலகமோ போ'' எனப் புலம்பிக்கொண்டிருந்தாள். இரண்டு நாள் கழித்து அந்தப் பெண்மணியின் வீட்டுக்கு நாம போகலாமா? என அப்பாவியாகக் கேட்டாள்.

பதிலுக்கு மாலதியோ, ''அவங்க யார் என்னனு தெரியாது. ஒரு மரியாதைக்குக் கூட வீட்டுக்கு வாங்கனு சொல்லல, அப்படிப் பட்டவங்க கிட்ட போய் வலிய பேசுறதெல்லாம் சரி கிடையாது. வேண்டாம்'' என மறுத்தாள். நான்தான் போனால் போகிறது என அவர்கள் கொடுத்திருந்த எண்ணுக்கு நான்கு முறை தொலைபேசி செய்து பார்த்தேன். அவர்கள் எடுக்கவில்லை. வாயிஸ் மெயிலோடு குறுஞ்செய்தியும் அனுப்பி வைத்ததுதான் மிச்சம். பயனேதுமில்லை. அம்மாவுக்கு அதில் பெருத்த ஏமாற்றம் என்பதை அவள் முகம் சொன்னது. வீட்டில் தனது மூன்று வயது பேத்தி ஸ்ருதி தன்னிடம் தமிழில் பேசவில்லை என்பதும் அவளுக்குப் பெருங்குறையாகவே இருந்தது.

அது மட்டுமல்லாமல், நானும் மாலதியும் வேலைக்குப் போவதால், ஸ்ருதிக்கு டே-கேர். அம்மா குறைந்தது சுமார் எட்டு மணி நேரம் வீட்டில் தனியாகவே இருக்க வேண்டி இருந்தது.

இத்தனைக்கும் காலையில் மாலதி, மாலையில் நான் என தினமும் அம்மாவுடன் சேர்ந்து இரண்டு வேளை குடியிருப்பில் நடைப்பயிற்சி செய்தோம். நடக்கும் போது, நேத்து ஊர்ல நல்ல காத்தோட மழையாம் முருங்க மரம் என்னாச்சுனு தெரியல. பக்கத்துவீட்டுக்கு போன் செய்து விசாரிக்கணும். வீட்ல சும்மாவே எலித் தொல்லை. இப்ப வீட்ல வேற ஆள் இல்லையா? என்ன லூட்டி அடிக்குதோ என அவளுடைய, பேச்சும் நினைப்பும் ஊர் பற்றியதாகவே இருந்தது. ஏழு கடல், ஏழு மலை தாண்டி போனா, அங்க ஒரு மரம் இருக்கும்.

அந்த மரத்துல ஒரு பறவையோட உடம்புல அரசியோட உயிர் இருக்கும்னு சொல்வது போல பல்லாயிரம் மைல்களுக்கு அப்பால் எங்கள் வீட்டிலேயே அவள் தனது உயிரை வைத்துவிட்டு இங்கு வந்துவிட்டாளோ எனத் தோன்றும்படி செய்தாள்.

தினமும் வீட்டுச் சாப்பாடு அலுத்துவிடும் என்பதால், ஒருமுறை வெளியே சாப்பிடப் போனோம். அந்த இந்திய உணவுக்காக இரண்டு மணி நேரப் பயணம்... போகும் வழியெல்லாம் ஒரு ஓட்டலுக்கு நாம இவ்வளவு தூரம் போகணுமா? எதுக்கு உனக்கு வீண் அலைச்சல் என புலம்பியபடியே வந்தாள். அத்தோடு காரில் சீட் பெல்ட் வேண்டாம். ஏசி வேண்டாம். தலைச்சுத்தல் எனச் சொல்லி இரண்டு இடத்தில் நிறுத்தி வாந்தி வேறு எடுத்தாள். ஒருவழியாக கடைக்குப் போனால், ஏதோ குடும்ப விழா என அவர்கள் கடையை அன்று சீக்கிரமே மூடிவிட்டுப் போயிருந்தார்கள்.

வேறு வழியில்லாமல் அருகில் இருந்த இத்தாலியன் கடைக்குப் போனோம். அங்கு வாயில் நுழையாத பெயரில் இருந்த உணவு பதார்த்தங்களைப் பார்த்தவள், "எனக்கு இதெல்லாம் சாப்பிட்டு பழக்கமில்லை. இட்லி, தோசை இங்க கிடைக்காதாடா?" என ஏக்கத்தோடு அவள் என்னிடம் வறண்ட தொண்டையில் கேட்டபோது, எனக்குப் பாவமாக இருந்தது. கையில் பணம் இருந்தும் அம்மாவுக்கு அன்று வேண்டியதை வாங்கித் தர முடியவில்லை. அவளைப் பொறுத்தவரை இட்லி, தோசை சாப்பிடாமல் மனிதர்கள் இருக்கிறார்கள் என்பதையே அவளால் நம்ப முடியவில்லை.

"இந்த சீஸ் பிசா கூட, தோசை மாதிரிதானே இருக்கு. பின்ன ஏன் பாட்டி இத சாப்பிட மாட்றாங்க?" என ஸ்ருதி புரியாமல் ஆங்கிலத்தில் கேட்டாள். அம்மா வேறு பசி தாங்க மாட்டாள். கடைசியில் மாலதிதான் "சீஸ் ரவியோலி சாப்பிடுங்க அத்தை... சமோசா போல இருக்கும்" என வற்புறுத்திச் சாப்பிடச் சொன்னாள். அம்மா அதில் நான்கு விள்ளல்கள் வேண்டா வெறுப்பாக விழுங்கினாள். அப்போது அவளுடைய முகம் போன போக்கைப் பார்க்க வேண்டுமே. சீசர் சாலட்டில் ஆலிவ் எண்ணெய் ஊற்றிச் சாப்பிட்ட ஸ்ருதியைப் பார்த்து, "என்னடா இவ... இலை, தழை எல்லாம் சாப்பிடுறா... பிள்ளைக்கு நல்ல சத்தான சாப்பாடா வாங்கிக் கொடுத்தால் என்ன?..." என்றாள். பதிலுக்கு ஸ்ருதி "பாட்டி, வாட்ஸ் ராங் வித் யூ? ஐ அம் குட்" என்றபோது இரு துருவங்களுக்கு இடையே நான் மௌனமாக நிற்பதைப் போல உணர்ந்தேன்.

அம்மா ஒரு சர்க்கரை நோயாளி. அவள் நேரத்துக்குச் சாப்பிட வேண்டும் என்பதால் வரும் வழியில் ஸ்டார் பக்ஸ்-இல் நிறுத்தினோம். "நம்ம ஊர் பில்டர் காஃபி போல இல்ல" என வாங்கியதைக் குடிக்காமல் என்னிடமே கொடுத்து விட்டாள். அந்தப் பசியிலும் குரலில் சுரத்தில்லாமல் "இந்த காஃபி இந்திய மதிப்பில் என்ன விலையாகுது?" என விசாரித்தபோது, எனக்குக் கோபம் தலைக்கேறியது. "பட்டினியாக வர்றத்துக்குப் பதிலா, இந்தக் காஃபியைக் கொஞ்சம் குடித்தால்தான் என்ன?" என அவளிடம் கத்த வேண்டும் போலத் தோன்றியது. ஆனாலும், வளைப்பதாக நினைத்துக் காய்ந்த குச்சியை உடைத்துவிடக் கூடாது என கவனமாக அன்று வந்த கோபத்தை அடக்கிக்கொண்டேன்.

வீட்டிற்குள் செருப்பு அணிந்து நடப்பது தனக்குப் பிடிக்கவில்லை. தரையில் ஒரு துணியை விரித்துப் படுத்துக்கொள்ள முடியவில்லையே என ஏக்கப்பட்டாள். ஆனால், புடவை நகைகளுடன் வலம் வரும் தன்னை வெள்ளையர்கள் கவனித்துப் பார்ப்பதை மட்டும் பெருமையாகச் சொன்னாள்.

அடுத்து வந்த வாரத்தில், "இன்னைக்கு நிறைஞ்ச வெள்ளிக்கெழமையா இருக்கு. கோவிலுக்குப் போயிட்டு வந்துடலாம்" என அழைத்தாள். ஸ்ருதிக்கு அன்று ஒரு வகுப்பு இருந்ததால் மாலதியால் வர முடியவில்லை. அலுவலக வேலை முடிந்துவிட்டு அன்று மாலை அவளை அழைத்துச் சென்றேன். வீட்டில் இருந்து ஒண்ணரை மணி நேர கார் பயணம். கோவில் என்றால் தெரு முக்கில் போய் பழக்கப்பட்ட அவளை அன்று நான் அப்படி அலைக்கழித்தது எனக்குக் குற்ற உணர்ச்சி தந்தது. வேறு வழி? பத்து நிமிட சாமி தரிசனம் என்றாலும் ஒண்ணரை மணி நேரம் பயணம் செய்துதானே ஆகவேண்டி இருக்கிறது.

எனக்கும் இங்கு வந்த புதிதில் இங்குள்ள வெள்ளைப் பளிங்கு கோவில்களில் தமிழ்நாட்டு கோவில்களின் புராதன வாசனையைப் பறக்கும் வவ்வால்களை, துளசி மாலைகளும் நாட்டுப் பூக்களும் சேர்ந்த கதம்பமான தெய்வீக மணத்தை உணர முடியவில்லையே என்ற ஏக்கம் இருந்தது உண்மைதான். ஆனால் கொஞ்சம் கொஞ்சமாக புதிய சூழலை ஏற்க மனம் பழகிவிட்டது. அன்று கோவிலில் இருந்து இரவு வீட்டுக்கு வரும்போது, 11 மணி. மாலதி படுத்துவிட்டாள். அம்மா அலுப்பாயிருக்கிறது எனச் சாப்பிடாமலே போய் உறங்கி

விட்டாள். கோயில் பிரசாதம் மட்டுமே அன்று அவளுக்கு இரவு உணவாகி இருந்தது.

அடுத்த நாள் சனிக்கிழமை நடந்ததுதான் விபரீதம். காலை சுமார் 8 மணி இருக்கும். தூங்கிக்கொண்டிருந்தேன். தடால் தடால் என யாரோ பலமாகக் கதவைத் தட்டும் சத்தம். அதிர்ந்து போய் எழுந்து அரக்கப் பரக்க என திறந்தால் போலீஸ்காரர் ஒருவர் சீருடையில் நின்றிருந்தார்... “உங்களுக்கு என்ன அவசரம்?” என்றார். நான் புரியாமல் விழித்த போதுதான் அம்மா நீலாங்கரை மாமாவை அழைக்கிறேன் பேர்வழி என வீட்டுத் தொலைபேசியில் தவறுதலாக 911-ஐ அமுக்கியிருக்கிறாள் என்பது விளங்கியது. நானும் மாலதியும் போலீஸ்காரரிடம் பேசி ஒருவழியாக அவரைச் சமாதானப்படுத்தி அனுப்பி வைத்தோம். அந்த நிகழ்ச்சி அம்மாவைப் பெரிதும் அதிர்ச்சிப்படுத்தி இருக்கும் என நினைக்கிறேன்.

எதற்காக இப்படி ஒரு ஊரில் வந்து சித்ரவதைப்படுகிறோம் என நினைத்தாளோ இல்லை வந்த இடத்தில் இப்படி ஆகிவிட்டதோ என நினைத்தாளோ தெரியவில்லை. ஒருநாள் முழுக்க யாரிடமும் பேசாமல் இருந்தாள். நாங்கள் சொன்ன சமாதானங்கள் எதுவும் அவளிடம் எடுபடவில்லை.

அடுத்த ஒருநாள் மட்டும் சும்மா இருந்தாள். பிறகு, தனது ஊர் புராணத்தைப் பாடத் தொடங்கிவிட்டாள். இதோ இன்று சனிக்கிழமை. அம்மாவுடன் ஏர்போர்ட் நோக்கிப் போய்க் கொண்டிருக்கிறேன். பிடிவாதம் பிடித்துக் கிளம்பி விட்டாள்.

உண்மையில் எனக்கு நினைவு தெரிந்தவரை அவள் இதுவரை ஒரு வாரத்துக்கு மேலாக எங்கும் வெளியில் தங்கியதே இல்லை. நெருங்கின உறவினர்கள் வீட்டு விசேசமாக இருந்தால் கூட கூடுதலாக அவள் தங்கியதில்லை. “நம்ம வீடு என்ன டவுனா?... கதவை இழுத்துச் சாத்திட்டுக் கிளம்ப? கிராமத்து வீடுனா அப்படி எல்லாம் இருக்க முடியாதுடா...” என்பாள்.

அவள் சொல்வதிலும் உண்மை இருக்கிறது. இருபது வயதிலேயே அம்மா திருமணம் முடிந்து எங்கள் வீட்டுக்கு வந்தவள். இவ்வளவுக்கும் வேலூர் பக்கத்தில் இருக்கும் எங்கள் வீடு ஓர் ஓட்டு வீடு. நூறு வருடப் பழமையானது. வீட்டுக்குப் பின் ஓட்டமாக நீண்ட தோட்டம். முடிவில் தெளிவான ஆறு ஓடிக்கொண்டிருக்கும்.

எங்கள் பாட்டன், முப்பாட்டன் காலத்தில் கட்டியது... அப்பாவுக்குப் பிறகு வீட்டைப் பிரிப்பதில் பங்காளி பிரச்னையானபோதுகூட, அம்மா வற்புறுத்தியதால்தான் அந்த வீட்டின் சந்தை மதிப்பை விட நான்கு மடங்கு அதிக விலை கொடுத்து சமீபத்தில் கிரயம் செய்தோம். அவள் மூளையை விட மனத்தால் முடிவெடுக்கிறாள் என்பது பூரணமாகத் தெரிந்தும் அவள் பேச்சை என்னால் தட்ட முடியவில்லை. அவளுக்கும் அந்த வீட்டுக்குமான நெருக்கம் அப்படி. அவள்தான் வீடு. வீடுதான் அவள்.

நகர வாடை பெரிதாக இல்லாத எங்கள் வீட்டில் எப்போதும் ஆட்கள் நடமாட்டம் இருந்துகொண்டேதான் இருக்கும். எதற்காகவாவது யாராவது, எப்போதும் வந்து போய்க்கொண்டே இருப்பார்கள். எதுவும் இல்லாவிட்டால் கூட "கொஞ்சம் முருங்கக்கீரை வேணுமே", "கருவேப்பிலை வேணுமே", "எங்க வீட்டு ஆட்டைப் பாத்தீங்களா", "நூறு ரூபா இருந்தா கொடுங்க, வேலை செஞ்சு பிறகு கழிக்கலாம்" என்றெல்லாம் சொல்லிக் கொண்டு ஆட்கள் வருவார்கள்.

அம்மாவிடம் அப்படி கடன் வாங்கியவர்கள் பின் மாதக்கணக்கில் வீட்டுப் பக்கம் வரமாட்டார்கள் என்பது வேறு விசயம். அப்பா இருந்தவரை இதையெல்லாம் பெரிதாக விரும்பமாட்டார். சுத்த சில்லறைத்தனம் என்பார். ஆனால், அம்மாவோ, அவங்களுக்கு ஒரு தேவைனு கேட்குறாங்க. நாம கொடுக்குற நிலமையில இருக்குறதால கொடுக்குறோம் அவ்வளவுதான் என்பாள்.

நான் எதையும் அம்மா போக்கில் விட்டுப் பழகியவன். ஆனால், எனது தங்கை "ஆமா நீ பெரிய கர்ண பரம்பரை. உன்னோட இளகின மனச பாத்து எல்லாரும் நல்லா ஏமாத்துறாங்க" என அம்மாவைக் கடிந்து கொள்வாள். அம்மாவின் பதில் "சரி போடி, நான் ஏமாளியாகவே இருந்துவிட்டுப் போகிறேன்" என தன்னை ஒப்புக்கொடுத்து விடுவாள்.

கடைசியாக ஸ்ருதி பிறப்பதற்கு முன் பொங்கல் சமயத்தில் நானும் மாலதியும் ஊருக்குப் போயிருந்தோம். அன்று மாட்டுப் பொங்கல். "வீட்டில் இப்போ ஆடு, மாடுகளே இல்ல, இதெல்லாம் கொண்டாடணுமா என்ன?" என்ற போது, அம்மா எது இல்லாட்டியும் கூட மறைந்த நம் மூதாதையர்களுக்காக இதச் செய்யனும் எனச் சொல்லி, வேட்டி துண்டு வாங்கி 20 வயதில் பாம்பு கடித்துச் செத்த சித்தப்பாவின் கறுப்பு வெள்ளைப் படத்துக்கு மாலை போட்டுப் படைத்தாள். அவள் அந்தப் பரபரப்பில் இருந்தபோது கூட வீட்டு

வாசலில் “சாமி கும்பிட, வாழை இலை வேணுங்க” என ஒரு சிறுமி வந்து நின்றபோது, பதற்றமின்றிப் பொறுமையாக அதை அறுத்துக் கொடுத்துவிட்டு வந்தாள். மாலதி, “இப்ப இது தேவையா? இருக்குற வேலையில, நீங்க இல்லனு சொல்ல வேண்டியதுதானே” என்ற போது. “சாமிக்குனு வந்து நிக்கிறப்ப எப்படி இல்ல-னு சொல்ல மனசு வரும்” என சமாதானம் சொன்னாள். இப்படி அம்மாவுக்கு எல்லா விஷயத்திலும் தனித்த அபிப்ராயங்கள் உண்டு.

நகரில் பிறந்து வளர்ந்த மாலதிக்கோ இதெல்லாம் புதிதாக இருந்தது. இந்த ஊரில் எப்படி எல்லோருக்கும் எல்லோரையும் தெரிகிறது என்ற ஆச்சர்யம் வேறு அவளுக்கு.

அதுபோல, அம்மா வீட்டுக்கு வருபவர்களுக்கு ஏதாவது சாப்பிடக் கொடுத்து அனுப்பி வைப்பாள். தோட்டத்தில் வேலை நடக்கும் நாட்களில் வேலைக்கு வரும் ஆட்களுக்கு அவளே வஞ்சனை இல்லாமல் சமைத்து வேறு போடுவாள். இதெல்லாம் தவறான முன்னுதாரணம், அந்தச் சாப்பாட்டுக்கு விலை போட்டால் என்னாகும்? என மாலதி கேட்டபோது, “உங்க பட்டணத்துக் கணக்கை சாப்பாட்டுல காட்டாதமா... தானத்துக்குக் கணக்கு இல்லை” என நாசுக்காகச் சொல்லிவிட்டாள். அதில் மாலதிக்குக் கொஞ்சம் உள்ளூர வருத்தம்தான். ஆனால், அடுத்தவர்களுக்குச் செய்யும் உதவி நம்மை கடவுளை நோக்கி ஒரு அடி நெருங்கச் செய்கிறது என அம்மா மனத்தளவில் பூரணமாக நம்பினாள்.

முடிந்தோ முடியாமலோ எல்லா வேலைகளையும் இழுத்துப் போட்டுச் செய்யும் அம்மா வசதியான குடும்பத்தில் பிறந்து செல்லமாக வளர்ந்தவள்தான். வீட்டுக்குக் கடைசிப் பெண் வேறு. நெல்லை பக்கம் மிகப்பெரிய வியாபாரக் குடும்பம். அப்பாவுக்கு வாழ்க்கைப் பட்டு வந்த நிலப்பரப்புக்கும், குடும்ப சூழலுக்கும் பொருத்தமில்லாதவளாக இருந்தாலும் எப்படியோ அந்த ஊர்க்காரி போல அன்யோன்யமாகிவிட்டாள்.

ஆரம்பத்தில் புதிய சூழலுக்கு ஒட்டமுடியாமல்தான் இருந்திருக்கிறாள். பிறகு கொஞ்சம் கொஞ்சமாக அந்தச் சூழலுக்குத் தன்னைத் தயார் செய்து கொண்டதாக சொல்லி இருக்கிறாள். வட்டார மொழி, உணவுப்பழக்கம், நாகரிகம் என எல்லாமே அவளுக்கு ஆரம்பத்தில் வியப்பைத்தான் தந்திருக்கின்றன.

எப்போமும் பிள்ளைய ‘ஒக்கல்லயே வைச்சிரிக்கியே?’ என்றபோது

ஆரம்பத்தில் சிரித்தவர்கள் பின் ‘ஒக்கல்’ என்பதை ‘இடுப்பு’ என்று புரிந்து கொண்டார்கள். அம்மாவும் தன் பங்கிற்கு சாரம், கொண்டி என்பதையெல்லாம் சொல்வதை மெல்ல குறைத்து முறையே கைலி, தாழ்ப்பாள் என்றெல்லாம் பேசப் பழகிவிட்டாள். சமயங்களில் “என்ன ஜுரம் அடிக்கிறதா?” என்பதற்குப் பதிலாக “மேலுக்கு என்னலே காய்ச்சலா?” எனக் கேட்கும் போது மட்டும் லேசாக வட்டார வாடை அடிக்கும். எங்கோ பிறந்து வளரும் பெண்கள் எப்படித் திருமணத்துக்குப் பின், புதிய சூழலுக்குள் தங்களை அழகாகப் பொருத்திக் கொள்கிறார்கள் என ஆச்சர்யப்பட்டதுண்டு. மனிதர்களின் நெடுநாள் பழக்கம் என்பதே அவர்களுடைய பலமாகவும் பலவீனமாகவும் அமைந்துவிடுவது புரிந்தது.

அமெரிக்கா விசயத்தில் அம்மா மேல் எனக்குக் கோபம்தான். கொஞ்சமாவது நெகிழ்ந்து கொடுத்தால்தான் என்ன? வயதானவுடன் இவர்களுக்கு வரும் பிடிவாதம் ஒரு குழந்தையின் பிடிவாதம் போல இருப்பதாகத் தோன்றியது. குழந்தையைக் கூட குரலை உயர்த்திப் பணியச்செய்துவிடலாம் போல.

இத்தனைக்கும் அம்மா தனக்காக என எப்போதும் சேர்த்து வைத்துக் கொள்ளாதவள். தனக்குப் போட்ட தங்க நகைகளில் கைகளுக்கு இரண்டு வளையலையும் கழுத்துக்கு ஒரு செயினையும் வைத்துக் கொண்டு மீதமுள்ளதை இப்போதே தங்கையிடம் கொடுத்துவிட்டாள்.

அமெரிக்கா வந்து அம்மா தனக்கெனக் கேட்டுவாங்கியது ஒரே ஒரு பொருள் கைக்கடிகாரம் மட்டுமே. மொத்தமாக 3 பெட்டிகள் நிறைய இருப்பது அடுத்தவர்களுக்கு வாங்கிய சாமான்களே. “பழய வாட்ச் ஓடல. இனி சரிபண்ண முடியாதாண்டா. வெளிய போனா மணி பாக்க கஷ்டமா இருக்கு. ஒரு வாட்ச் மட்டும் வாங்கிக் கொடேன்” என்றாள். அதையும் அதிக விலை கொடுத்து வாங்கிடாதே என்ற கோரிக்கை வேறு.

விமான நிலையம்- உடமைகளைச் சோதனை செய்ய நீண்ட வரிசை. சுமார் முப்பது நிமிடங்கள் காத்திருப்பு. உதவிக்கு நானும் கூட சேர்ந்து நின்றேன். பெட்டிகளைச் சோதனை செய்தார்கள். ஒன்று... இரண்டு... மூன்று... மூன்றாவது பெட்டியைச் சோதனை செய்த பாதுகாப்பு அதிகாரி தன் நெற்றியைச் சுருக்கினார்.

ஏதோ சந்தேகம் அடைந்தவர் பெட்டியைத் திறந்து காட்டச் சொன்னார். தரையில் கிடத்தித் திறந்தேன். உள்ளே துணிமணிகளின் இடுக்கில்

இருந்த காகிதப் பொட்டலத்தைச் சுட்டிக்காட்டி, “அதைத் திறந்து காட்ட முடியுமா?” என்றார். தயக்கத்தோடு எடுத்து மெதுவாகப் பிரித்தேன். உள்ளே ஒரு ஜிப்-லாக் கவரில் கறுப்பாக சுருள் சுருளான கேசம். கொத்துக் கொத்தாக... “என்ன அது?” என அதிகாரி கேட்ட போது, எனக்குப் புரிந்தது.

ஸ்ருதி-க்கு முதன் முதலில் அமெரிக்காவில் முடிவெட்டிய போது எடுத்து வைத்தது. ஏன் இது? என்பது போல அம்மாவை நிமிர்ந்து பார்த்தேன். “பிள்ளைக்கு மூணு வயசு பூர்த்தி ஆகிறதுக்குள்ள, நம்ம குலதெய்வத்துக்கு முடிகாணிக்கை தர்றதா வேண்டிக்கிட்டேன்டா. அதான். நீதான் பிள்ளைக்கு மொட்ட போட மாட்டேன்-னு உறுதியா சொல்லிட்ட.... அடுத்த வாரம் மூணு வயசு முடியப்போகுது. நேர்த்திக் கடன் செலுத்தணும். செய்யாட்டி, சாமி குத்தம் ஆகிடும்பா...” அவள் கண்களை ஊடுருவிப் பார்த்தேன்.

“இதைச் சொன்னா நீ விடமாட்டேன்-னு தெரியும்” தாழ்ந்த குரலில் சொன்ன போது அவள் கண்களில் ஈரம். நான் பாதுகாப்பு அதிகாரியிடம் விளக்கினேன். புரிந்துகொண்டவர் லேசாகப் புன்னகைத்தபடி தலையசைத்தார்.

உடைமைகளை ஒப்படைத்துவிட்டு, பிரியும் தறுவாயில் கட்டியணைத்து, கன்னத்தில் முத்தமிட்டேன். “இங்க வந்து எங்களோட தங்கியதற்கு நன்றி” என அவள் காதில் மெதுவாகச் சொன்னேன்.

“நன்றியா...? இது என்னடா புதுசா” என்றவள் என் கன்னங்களைக் கண்ணீரால் நனைத்தாள். விம்மிய தொண்டையோடு, உள்ளங்கையை அழுத்தியபடி “ஒன் உடம்பைப் பாத்துக்க... குடும்பத்த நல்லா கவனிச்சுக்க” என்றாள்.

திரும்பிப் பார்க்காமல் எதிர்த் திசையில் நடந்தேன். வெளியே லேசாக மழை பெய்யத் தொடங்கி இருந்தது.

காருக்குள்ளும் வீடு திரும்பும் வரை எத்தனை முறை மழை பொழிந்தது என நான் கணக்கு வைத்துக் கொள்ளவில்லை.

★★★

ஆரூர் பாஸ்கர்

அமெரிக்காவின் ஃப்ளோரிடா மாகாணத்தில் வசிக்கும் இவர், தமது சொந்த ஊரான ஆரூரைத் (திருவாரூர்) தம் பெயருடன் இணைத்து ஆரூர் பாஸ்கர் என்கிற பெயரில் எழுதி வருகிறார்.

பணி நிமித்தமாக மலேசியா, ஜெர்மனி, சுவீடன் போன்ற கிழக்காசிய மற்றும் ஐரோப்பிய நாடுகளில் வாழ்ந்த அனுபவம் உள்ள இவர், கல்லூரியில் படித்தது இயற்பியலும் கணினித் தொழில்நுட்பமும். தற்போது மென்பொருள் துறையில் பணிபுரிகிறார். சிறுகதைகள், நாவல்கள், கட்டுரைகள் எனத் தொடர்ச்சியாக எழுதிவருகிறார்.

இவருடைய 'இர்மா', 'வனநாயகன்' பரவலான கவனத்தைப் பெற்றன. இதுவரை வெளியான மொத்த நூல்கள் ஆறு. நான்கு நாவல்கள். இரண்டு அபுனைவுகள்.

சாக்காட்டி

எம்.எம். தீன்

முத்தாத்தாள் தன் ஒல்லியான உடலைத் தூக்கிக் கொண்டு பாளை காந்தி சந்தைக்கு பேருந்து ஏறி இறங்கி மூச்சிரைக்க மூன்று நாளாக வந்துகொண்டிருக்கிறாள். ஒவ்வொரு சாமானா நினைச்சி நினைச்சிப் பார்த்து வாங்கினாலும் ஏதாச்சும் ஒண்ணு வுட்டுப் போவுது. அதுக்காக திரும்பையும் ஓடிவர வேண்டி இருக்கு என அலுத்துக்கொண்டாள். அப்பிடி அரக்கப்பரக்க ஓடிவந்து, அதும் ஆம்பிளைக உபயோகிக்கும் பீடி சுருட்டு, மூக்குப்பொடி, சாராயம் என்று அவருக்கு என்னென்ன புடிக்குமோன்னு பார்த்து, அதையெல்லாம் ஒண்ணுவிடாமே வாங்கியாச்சு. அப்படி சொடல மாடசாமி போல ஆறடி மனுசன் போயிச் சேந்து ஒரு வருசம்மாயி போச்சி. மொதவருச சாக்காட்டிக்கு அவருக்குப் புடிச்ச எட்டு எழவு எல்லாம் வேண்டியாச்சி.

கடேசில அவருக்குப் புடிச்ச சாராயமும் பீர் பாட்டிலும் வாங்க வேண்டியதுதான் பாக்கி. அவரைக் குடிக்காதையா குடிக்காதையா எனக் கெஞ்சிக் கூத்தாடியும், ரெண்டு தடவ குடல பிச்சி ஆப்ரேசன் பண்ணியாச்சு. சும்மா வீட்டுல அடைஞ்சி கிடங்கோன்னு சொன்னா கேக்காம, தெருவுக்கு இறங்கிப் போய் அடிச்சி அடிச்சி, மேலோகம் போயிச் சேந்த மனுசனுக்கு அவருக்கா வேண்டி அந்தச் சாராயக்கடை வாசலில் நிக்கிற கூட்டத்துல போய் நின்னு வாங்கணும்ங்கிறபோது

அசிங்கமும் கேவலமும் கோபமும் வந்து ஒட்டிக்கொள்கிறது. ஆனாலும் அதுகளைக் கொண்டாடிக்கொண்டு திரிந்த மனுசனுக்கு அந்தச் சனியன வைக்காமல் எப்படிச் சாக்காட்டி கொண்டாட முடியும். அமாவாசை வர்ருதுக்கு இன்னும் மூணு நாள்தான் இருக்கு. அதுக்குள்ள எல்லாத்தையும் தயார் செய்யணும். ஓடிக்கொண்டு இருந்தாள் முத்தாத்தாள்.

என்னவெல்லாமோ நெனைப்பு மண்டைக்குள்ளே ஓடிக்கிட்டே இருக்கு. எப்படி சந்துக்குள்ள டாஸ்மாக் கடைக்குப் போயி அந்தப் பச்சை கிரில் கம்பிக்குள்ள கைவிட்டு மத்த ஆம்பளைகளை இடிச்சிக்கிட்டு ஒரு பாட்டில் பிராந்தி, ஒரு பாட்டில் பீர் தாங்கன்னு கேக்க என மலைந்தாள்.

முள்ளுக் காட்டுக்குள்ள போயி பட்டைச் சாராயம் குடிச்சிக் காலத்துல இருந்து அதுக்கு பொறவு பாக்கெட் சாராயம் வந்த காலத்திலும் இப்போ பாட்டில் சாராயம் வந்த பொறவும் ஒண்ணு வுடாம குடிச்சித் தீத்து ஈரக்கொலையயும் குடலையும் வேக வச்சி செத்துப்போன மனுஷனுக்கு அதை வைக்காமே எப்படிக் கொண்டாடுறதாம். எப்படியும் வாங்கித்தானே ஆவணும்.

அதுக்குக் காரணமும் இல்லாமல் இல்லை. டாஸ்மாக்கிற்கு எதுதாப்ல மாமா மொவன் முட்டைக் கடை வச்சிருக்கான். எப்படியும் கடைக்குள் போவும்போது பாப்பான் என்ற கூச்சம் இருந்தது. அவன் வாயில போயி உளணும். சொல்லாமே போய்ட்டா அவ்வளவுதான். ஊருல என்னாமாச்சும் உளறி வைப்பான். அவளுக்கு வேசாடையா இருந்தது.

ஆடி அமாவாசைக்கு நல்லா எண்ணிப் பார்த்தா நாலு நாளுதான் கிடக்கு. புருசனுக்கு சாக்காட்டி போடப் போறேன்னு சொன்னா கமுக்கமா சிரிப்பான். அதுக்குப் பல அர்த்தங்கள் இருக்கும். ஊருக்குள்ள போறதுக்கு முன்னயே கடையில நிக்கிற மச்சினன் மொவன் ஊருக்குள்ள பரத்தி விடுவான். ஊருக்குத்தான் ஒண்ணுன்னா போதுமே. கண்ணு காது மூக்குவச்சி பேசும். அந்தப் பொன்னம்மா கிழவி பொக்கை வாய்க்கு அவுலு கிடைச்ச மாரி. முத்தாத்தாவ தெரியாதா, அவளுக்கு சளுக்கு ஏது புளுக்கு ஏது, போற வர்றவங்க எல்லாத்தையும் நிறுத்தி வச்சி முத்தாத்தா கதைய அடி முதல் நுனி வரை சொல்ல ஆரம்பிப்பா.

யாருக்கும் தெரியாமல் பாட்டிலை வாங்கிக்கொண்டு வந்துவிடலாம் என்ற திட்டம்தான்.

முத்தாத்தா டாஸ்மாக் கடையை நோக்கி வந்தாள். மாமன் மொவன் செல்லப்பா கடையில் இருந்து பார்த்துக் கொண்டிருந்தான். முட்டைக் கடை வைத்திருக்கும் செல்லப்பா சின்ன வயதிலேயே பெரிய குசும்பன். காலேஜில வேற போய் படிச்சிருக்கான். படிச்சவன் குசும்பு பலதையும் நோண்டும்பாங்க. செல்லப்பாவும் அப்படிப்பட்டவன்தான். பக்கத்து ஊட்டுப் புறணியைப் பத்து ஊருக்குக் கொண்டு சேத்திடுவான்.

வேற வழி என்ன இருக்கு. மாமன் மொவன்கிட்ட போயி அவனட்டயே சொல்லி வாங்கச் சொல்ல வேண்டியதுதான் என்று திட்டாந்தரமா முடிவு செய்தாள்.

அதற்கு முன் நாற்பெட்டியும் மத்த சாமானங்களையும் வாங்கிக் கொள்ளணும். கல்லுத்தூண் வழியாப் போயி நாற்பெட்டி வாங்கினாள். ஏறநூத்தி அம்பது ரூவா சொல்லி ஏறநூத்தி இருவதுன்னு பேசி முடித்து வாங்கி கக்கத்தில் இடுக்கினாள். நாற்பெட்டியின் பச்சை மணம் நாசிக்குள் ஏறிக் கொண்டிருந்தது. என்னா ஒரு அவிச்ச தேங்காப்புட்டு வாசனை என்று தனக்குள் வியந்துகொண்டாள்.

ஒரு கட்டு வெத்திலையும் பத்து கிராமுக்கு களிப்பாக்கும் வாங்கி பெட்டிக்குள் போட்ட போது அவளுக்கு ஏதோ தோன்றியது. எப்படி அவரோட திருப்பூருக்கு ஓடிப்போனது என்று எண்ணிப் பார்த்தாள். மனதிற்குள் சிரிப்பு வந்தது.

பின்னால் பத்து வருடம் கழித்து இடுப்புக்கு ஒண்ணும் கைக்கு ஒண்ணுமா ரெண்டு பிள்ளைகளோட ஊருக்குத் திரும்பியபோது, அவளோட எல்லா சொந்தங்களும் ஓடி வந்து அணைத்துக் கொண்ட போது அவளுக்குத் திடுமென்று இருந்தது. கைவிட்டது, கழட்டி விட்டது எல்லாம் ஓடி வந்து கட்டிப் பிடிச்ச போது மருகி நின்றாள். எல்லாரும் தன் புருசனையும் முறை சொல்லி அழைத்து அணைத்து நிற்பார்கள் என்று கனவிலும் எண்ணவில்லை.

ஊருக்கு வந்த பத்தாவது நாள், அவன் அருகில் ஒண்டியபோது, அவள் மெதுவாக அவனை நோண்டியபடி கிசுகிசுத்தாள்.

“ஏங்க.”

“என்னா சொல்லுடி...?” கவிழ்ந்த அவள் தலையை நிமிர்த்தியபடி கேட்டான்.

“சொன்ன கோவிச்சுக்கக் கூடாது, சரியா?”

“சரி, சொல்லு முத்தா.”

“ஏங்க இப்ப போல நானு இருந்தேன்னா உங்களோட ஓடி வந்து இருக்க மாட்டேன்னு நினைக்கேன்.”

“ஏம், புள்ள இப்படி நினைக்கிறே, இப்ப இதுக்கு பதில் என்ன சொல்லன்னு தெரியல. நீ இப்படிக் கேக்கும் போதெல்லாம் ஒரு பதில் சொல்லணும்னு நினைக்கிறேன். ஆனா முடியல முத்தாத்தா.”

அன்றிரவு பூராவும் ஏன் அப்படிச் சொன்னோம் என்று தூங்காமல் படுத்திருந்தாள். சந்தை சாலையில் நடந்தபடி எண்ணியவள் அதற்கு மேல் நடக்க முடியாமல் அங்கினயே அசையாமல் நின்றாள்.

“என்ன மைனி, அப்படியே கல்லு சிலை போல நிக்கியோ, அண்ணன் ஞாபகம் வந்துட்டா” என்று முட்டைக் கடை கொழுந்தன் சத்தம் கொடுத்தது காதில் விழுந்தது.

முத்தாத்தா தோளில் புதுநார்பெட்டியை இடுக்கிக் கொண்டு வந்ததைப் பார்த்த முட்டைக்கடை கொழுந்தன், “என்னா மைனி, பெட்டியெல்லாம் புதூசா இருக்கு” என்றதும் அவளுக்குக் கொஞ்சம் நிம்மதியாக இருந்தது. “ஆமா கொழுந்தனாரே, உங்க உடப்பிறந்தாருக்கு சாக்காட்டி கொண்டாடணும்லா.”

“அதுக்குள்ள ஒரு வருசம் ஓடிப் போச்சா. நேத்தைக்கு இலங்காமணி அண்ணன் போய்ச் சேந்த மாரி இருக்கு. நாளும் கிழமையும் நிக்கவா செய்யுது.”

“கொழுந்தனாரே, எனக்கு ஒரு பீரு பாட்டிலும் ஒரு பாட்டில் சாராயமும் வாங்கணுமே, உங்க அண்ணன் இதுதானே கெதின்னு கிடந்தாரு. அதுதான் சாக்காட்டிக்கு வைக்கணுமில்லா” என்றபடி பணத்தை எடுத்துக் கையில் கொடுத்தாள். “லே, சொடல, இங்க வா” என்று கூப்பிட்டு இரண்டையும் வாங்கி வரச் சொன்னான்.

“கொழுந்தனாரே, சொடலய வாங்கிட்டு வரச் சொல்றது சரிதான். அவனுக்கு இன்னும் ரெண்டு பாட்டில்னாலும் காணாதே.”

“அதுக்குத்தானே அவனை வாங்கிட்டு வரச்சொன்னேன். சாக்காட்டி அன்னிக்கி வீட்டுக்கு சரியா வந்து நிப்பான் பாருங்க.”

“வந்தா ஒரு மடக்கு குடிச்சிட்டுப் போறான். அவனுக்கும் பெரிப்பாதானே. அவரு வூட்டுப் பருக்கை சாப்புட உரிமை இருக்குல்லா.”

“மைனி என்னமாச்சும் அவனட்ட சொல்லிப் போடாதீங்க. தெனமும் வந்து நிக்கப் போறான்.”

“கொழுந்தனாரே, அது யாருக்குக் கொடுத்து வச்சிருக்கோ அவனுக்குக் கெடைக்கும். இப்ப என்னத்த சொல்ல முடியும்.”

“உங்க அண்ணனுக்கு இப்ப இருக்க கஷடத்துல இதைச் செய்யணுமான்னு தோணிச்சி. பொறவு பாத்தேன். என்னோட மூத்தமக கண்ணம்மா பத்து வயசுல எங்க ஈரக் கொலைய பிடுங்கிக்கிட்டு போய்ட்டா பாதகத்தி. அந்தக் கொள்ளிக்கு வருஷாவருசம் கட்டோ கட்டுன்னு சோப்பு சீப்பு கண்ணாடி, கண்மை, கொண்டைப்பூவு, தாழம்பூவு செப்புச் சாமான்கள் அது இதுன்னு தேடித்தேடிப் பாத்து வாங்கி வந்து அதுக்குன்னே கேரளாவுல இருந்து வாங்கி வந்த குருத்தோலைப் பொட்டியில் வைச்சி உறி கம்பில தொங்கப் போட்டுருவாரு. தினமும் அதைப் பார்த்துப் பார்த்துப் பொருமிக் கொண்டு வைத்த கண் வாங்காமல் பார்த்துக்கொண்டு நிப்பாரு. சிலநாளு அவுங்க நெஞ்சில கண்ணீர் உளுந்து தெறிக்கும். தொங்க வுட்டு இருக்குற வர்ணப்பெட்டி ஆடிறப்புடாது ‘ஏ முத்தாத்தா இங்க ஓடி வா நம்ம புள்ள ஊஞ்சல உக்காந்து ஆடுறதப் பாருன்னு’ கூப்பிடுவார். ஓடிப் போவணும். இல்லாட்டி அவரு கண்கலங்கி அங்கினயே உக்காந்திருவார். அவர எழுப்பி வேலைக்கிப் போக அனுப்புறதுக்குள்ளே ரொம்ப சங்கடமா போயிரும் கொழுந்தன்” என்றவள் கண்களைத் துடைத்துக் கொண்டு மீண்டும் பேச ஆரம்பித்தாள்.

“மனுசனுக்கு எடுத்ததுக்கும் கோவம் எப்படி வரும் தெரியுமா? ஏட்டி பொட்டி சட்டிய கட்டு, நாமொ திருப்பூர்க்கே போயிரலாம்பார். எனக்கு தெக்காலமரத்துப் பேய் நெஞ்சில அரைஞ்சாப்ல இருக்கும். மீண்டும் அந்தக் கொடும் ராயப்பட்டறைக் கழிவுக்குள்ள போயி கையை விட முடியுமா, எனக்கு கிலி பிடிச்சிடும். பையன் படிப்பைச் சொல்லி சமாதானப்படுத்துவேன். மூத்த மக மேல அம்புட்டு பாசமா இருந்து, ஒவ்வொரு வருசமும் பொன்னுதாய்க்கு கழிப்பு கழிப்பார். அவுரு தாம் புள்ளைக்கி பாத்துப் பாத்து செஞ்ச விசயத்த நாம அவருக்குச் செய்யாம விட்டா அது சரியாகுமா சொல்லுங்க கொழுந்தன்” என்றாள்.

அவரைப் போலவே, அவரது சாக்காட்டிக்கும், அவருக்குப் பிடித்த பண்டம், சாப்பாடு, மூக்குப்பொடி, சொக்கலால் பீடிக்கட்டு சாராயம் என அத்தனையும் வாங்க திட்டம் போட்டுச் செயல்பட்டாள். கைவசம் பணம் இல்லை என்ற எண்ணமே வரலை. மூக்குத்தியைக் கழட்டி முத்தூட்ல அஞ்சாயிரத்துக்கு வச்சித்தான் இந்த ஓட்டசாட்டம் போட்டாள்.

"ஏலே, அந்தப் பெரிம்மா, உங்களுக்குத் தானேலே வாங்கிட்டுப் போவது. உனக்கோ, அவங்களுக்குப் போயி வீட்டு வேலை பாக்கும் கிய்யான் மிய்யான் மொவனுக்கோ தாம்ல கொடுக்கும், ஏம்ல இப்பவே நாக்கூறிக்கிட்டு அலையுறே" என்றான் கடைக்காரன்.

"இல்ல பெரிப்பா, அந்தப் பெரிம்மா, கிய்யாமிய்யான் மொவனுக்குக் கொடுத்தாலும் கொடுக்கும், பெரிம்மாவோட பெரிய மச்சான் மொவன் சொள்ளமாடன் இருக்கான்ல, அவன் சாக்காச்சிக்குப் போவான்லா, அவன் எடுத்துட்டு ஓடிப் போயிருவான், சொடலை பெரிய கில்லாடிப்பா" என்றான் சப்பாணி.

"ஆமா பெரிப்பா, கிய்யான்மிய்யான் மொவன் அந்தப் பெரிம்மாவுக்கு எல்லா வேலையும் பாக்கான். வைக்கோல் புடுங்கிப் போடறது, முரட்டுசெவலைப் பசுவில பால் கறக்கிறது, பாலைக் கொண்டு போய் சங்கத்துல கொடுத்திட்டு வருதது, என எல்லாப் புளுக்க வேலையும் செஞ்சு கொடுக்கான். அவனுக்குத்தான் கொடுக்கும், பெரிம்மா வீட்டுல மிஞ்சின சோறு கஞ்சி எல்லாம் அவனுக்குத்தான். சரி, அவனப் போல பெரிம்மா வீடே கெதின்னு நம்மளால கிடக்க முடியாது" என்று மலைந்துகொண்டான்.

மறுநாளும் விடுபட்ட முத்தாத்தா எதையோ வாங்க வந்திருந்தாள். "கொழுந்தனாரே, உங்க அண்ணன் ஓடியாடி விளையாண்ட பூமியில தான் அவரு உசிரு அலையும். அதுதான் இன்னைக்கி தெருவடி கருப்பனுக்கு பொங்க சோறு வைக்கப் போறேன். நீரும் சப்பாணியும் வாங்கோ என்று அழைப்பு கொடுத்தாள். முட்டைக்கடை கொழுந்தனுக்கு, தன்னையும் சாக்காட்டிக்கு அழைப்பாள் என்ற நம்பிக்கை வந்தது.

ஆடி அமாவாசை வரும்வரை முத்தாத்தாவின் கால்களுக்கு ஓய்வே இல்லாமல் போய்விட்டது. ராத்திரி தூக்கம் வராமல் புரண்டு புரண்டு படுத்தவள் எந்திரிச்சி தெருவைப் பார்த்தாள். தெரு விளக்குகள் மினுகட்டாம் போட்டுக் கொண்டிருந்தது. கும்மிருட்டு விலகாத போதே எழுந்தவள் ஒவ்வொரு சாமானாக எடுத்து வைத்தாள். ரெண்டு இலைக்கட்டையும் பிரித்து இலைகளில் தண்ணீர் தெளித்துவிட்டு ஆத்துக்கு குளிக்கப் போனாள். சாக்காட்டி காரியம் செஞ்சு முடிக்கும் வரைக்கும் ரொம்ப கவனமா இருக்கணும். இதுக்குத்தான் காத்து கருப்பு பழியா அண்டும். குளிச்சிட்டு வரும் போது ஏதாவது சத்தமோ யாரோ கூப்பிடுவது போல இருந்தாலும் திரும்பிப் பார்க்காமல் வந்து

விடவேண்டும். வரும் போது யாரு கண்ணிலும் படாமல் வரணும். முத்தாத்தா இருட்டோட இருட்டாக ஆத்துக்குப் போயி கரும்புலி போல ஓடுற தண்ணீயில குளிச்சிட்டு அப்படியே முடியை வாரிப் போட்டுக்கிட்டு, கொண்டு வந்த பித்தளைக் குடத்தை இன்னும் கொஞ்ச தூரம் ஆத்துக்குள்ள போயி ஓடுதண்ணீருக்குள் இறங்கி குடத்தால் தண்ணீரை விலக்கி சேந்திக்கோரி லாகவமாக இடுப்பில் வைத்துக்கொண்டு யாரு கண்ணிலும் படாமல் திரும்பிப் பார்க்காமல் நடந்தாள். ஏழுவழி தோட்டத்துக்குள் ஏதோ விழுந்ததைப் போல இருந்தது. அவள் மனதைக் கல்லாக்கிக் கொண்டு வேகவேகமாக நடந்தாள். ஈரச்சேலை வழுக்கி சர்ர்ர் எனச் சத்தம் போட்டு நடக்க விடாமல் செய்தது அவளுக்குத் தெரியும். அவள் பாட்டி, சடங்கான புள்ளைங்க, கனத்த நாட்களில் ஆத்துக்குப் போனால் என்னவெல்லாம் நடக்கும் என்று கதைகதையா சொன்னது ஞாபகத்தில் வந்தது. எல்லாவற்றையும் மறக்க நினைத்தபடி விறுவிறுவென்று வீட்டுக்குத் திரும்பினாள்.

எம் புருசனுக்கு சாக்காட்டி கொண்டாடப்போறேன் என்று எல்லாரிடமும் சாட்டி இருந்தாள். யாரெல்லாம் இன்று வருவார்கள் என்று மனதால் கணக்குப் போட்டபடியே இலை தண்ணீர் தெளித்து வரிசையாக விரித்து வைத்தாள். இளம் பச்சை நிறம் அந்த இருட்டுக்குள் பளிச்சென்று மின்னியது. நாழி உழக்கால் பச்சரிசியைப் பெட்டியில் இருந்து அள்ளி அப்படியே மேடாகக் குவித்தாள். அதன் மேல் முனை முறியாத விரலி மஞ்சள், மூணு தேங்காய், கருப்பட்டி, எலுமிச்சம் பழம் என எல்லாம் வைத்தாள். அதற்கு வடக்காக காய்கறிகளையும் பழங்களையும் அடுக்கி வைத்தாள். நேத்தே தேய்த்துக் கழுவி வைத்த குத்துவிளக்கை எடுத்து தீபஎண்ணெய் ஊற்றித் திரியை ஏரியவிட்டாள். இன்னும் வாழை இலையில் இடமிருந்தாலும் வைத்தது எல்லாத்தையும் பார்த்த போது, மனதிற்கு நிறைவாக இருப்பதை உணர்ந்தாள். அப்படி ஓர் அழகு அந்த இலைகளுக்கு வந்து விட்டது போல இருந்தது.

திடீரென அவள் மனதில் ஞாபகம் வரவும் எடுத்து டிரங்க் பெட்டிக்குள் இருந்த பீடிக்கட்டு, பொடி மட்டை, தேங்காய்ப்பூ டவல், அவருக்குப் பிடித்தமான ரரக்கு பீர் பாட்டில் எல்லாவற்றையும் எடுத்து வைத்தாள். வைத்து விட்டு மீண்டும் ஒரு பார்வை ஏதாவது விடுபட்டுவிட்டதா என்று பார்த்தாள். எல்லாம் சரியாக இருப்பது தெரிந்தது. அவளுக்குள் என்னவெல்லாமோ நினைப்பு ஓட ஆரம்பித்துவிட்டது.

முத்தாத்தாவை அவர் கணக்குப் பண்ணுனதும் அதுக்கு அவள் ஒத்துக்கொள்ள மாட்டேன் என்று அடம்பிடித்ததும், அதுக்குப் பொறவும் அவரு வல்லா நிலையா நின்னு ஒப்புக்கொள்ள வைத்ததையும் எண்ணிச் சிரித்துக் கொண்டாள். பத்து வருசம் ஓடிப் போனதும் அடுத்தடுத்து மூணாவது நாலாவது வருஷங்களில் ரெண்டு பசங்க பெண் ஒண்ணு, ஆண் ஒண்ணு எனப் பெத்துப் போட்டதும். அதில் மூத்தவ செத்துப் போனதும், அவரு பொம்பிளை புள்ளைக்கு ஏங்க, அவள் கர்ப்பப்பையை வறுமையோடு கூறு, மாத்திப் போட்டதைச் சொல்லி அழுததும் ஞாபகத்தில் வந்து போயின.

"ஏட்டி முத்தாத்தா, நீ இப்பல்லாம் சொல்லுதியே அதுக்குப் பதில் சொல்லணும் நேத்துதான்டி தோணிச்சி."

"அப்படி என்ன சொன்னேன்."

"அதான் முத்தாத்தா, இப்பண்ணா நான் உங்க கூட ஓடி வந்திருக்க மாட்டேன் சொன்னியே, அதுக்கு நேத்தைக்குத் தான் பதில் சொல்லணும் தோணிச்சிடி."

"நான் என்ன எழவுக்கோ அப்படி நினைச்சேன். அதுக்கு இப்பதான் பதில் வந்ததாக்கும்."

"ஆமா, முத்தாத்தா, உங்க அம்மா வூட்டுல பத்துப் பேரு, உன் அப்பா கூடப் பொறந்தவங்க எட்டுப் பேரு, அம்புட்டு பேருக்கும் என்னால கேவலம், சங்கடம் பெரிய குடும்பம் வேற, நீஓங் குடும்பத்த விட்டு நீ வரவேண்டாம், நாமும் ஓடிப் போக வேண்டாம்னு சொல்லி இருப்பேன்."

அவள் புருஷன் அந்த வார்த்தையைக் கேட்டதும் அவள் அப்படியே மௌனமாகிப் போனாள். மூணு நாளைக்கி அவளால் மூஞ்சு கொடுத்துப் பேச முடியவில்லை. அவனும் அவளைத் தொந்தரவு செய்யவில்லை. தங்களுக்குள் என்னென்னமோ எண்ணிக்கொண்டு குமுறிக் கொண்டு அலைந்தனர்.

மூன்று நாளில் எங்கோ ஒரு கதவு திறந்தது போல இருந்தது. எதையும் தனக்காக ஏற்றுக்கொள்ளும் அன்பு தன் ஊட்டுக்காரருக்கு என்று மனம் கசங்கிப் போனது. அதை நினைக்கும் போதெல்லாம் அவள் கண் கசியும். எல்லாத்தையும் எப்படி மறக்க என்று மறுகியது மனசு. மெதுவாக தெருவை எட்டிப் பார்த்தாள். பொலபொலன்னு விடிந்தது போல இருந்தது.

கிய்யான் மிய்யான் மகன் பால் கறக்க வந்து விடுவான். அவன்தான் கிடாகொம்பு பசுவிடம் பேசிக்கொண்டே பால் கறப்பான். கிய்யான் மிய்யான் என்று அவன் பேசுவது பசுவுக்கு மட்டும்தான் விளங்கும். தலையை ஆட்டி ஆட்டி அவன் தூரத்தில் வருவது தெரிந்தது. கண்டிப்பாக நீத்தண்ணி கேக்கும்போதே வீட்டுக்குள் எட்டிப் பார்ப்பான். மத்தநாள் பாக்கும்போது அருவசையாக உணரும் அவள் இன்று அவன் உத்துப் பார்த்தால் மகிழ்ச்சியாக இருக்கும் என்று எண்ணிக்கொண்டாள்.

முத்தக்கா, கிடாகொம்பி மடு இறங்கிக் கிடக்கு, பாத்திரத்தையும் எண்ணெயையும் எடுத்து வைய்யி என்றவன் நேரா எருத்துப்பறைக்கு போய் மாட்டை அவிழ்த்துக் கொண்டு வந்தான். பால்மடி கனக்க மெதுவாக அசைந்து வந்தது. 'ஏட்டி கொம்பாயி, வேகமா வா' என்று தட்டிக் கொடுத்துக் கொண்டே வந்தான். பாத்திரத்தைக் கொடுத்த முத்தாத்தாவைப் பார்த்து, "இது இனிமே காணாது, பெரிய பாத்திரமா எடுத்து வாக்கா", என்றான். சாக்காட்டி கொண்டாடும் முன்னமயே கண்ணுல காட்டிட்டாரு என்பது போல இருந்தது.

அடுத்த ஏழு மாசத்துக்கு எட்டு லிட்டர் பத்து லிட்டரா கறக்கும். மூணு மாசத்துல உன் கடனெல்லாம் அடையும் பாரேன், என்றபடியே பாலை கறக்க, சுரீர் என்ற சத்தம் குண்டானில் கேட்டது.

அதற்குள் சின்ன அண்ணன் மகன் வந்து விட்டான். எங்கோ படிச்சிக்கிட்டு இருக்கான். மருமவன் நல்ல புள்ளை. வந்ததும் வராததுமா, "அத்தை என்னமாச்சும் வேலை செய்யணுமா" என்று கேட்டான். எல்லாச் சோலியையும் ராத்திரியே முடிச்சிட்டேன். எல்லாரும் வரத்தான் செய்யணும்.

காலையில் யாரு வரப் போறாங்களோ என்று பொருபொருவென்று இருந்த மனசு, மாலை போட்ட பெரிய அண்ணன் தவிர்த்து எல்லோரும் வந்து விட்டது பெரும் மகிழ்ச்சியாக இருந்தது.

வீட்டுக்குள்ளாற பொம்பளைகளும், வெளியே திருணையில ஆம்பிளைகளுமாக நிறைந்திருந்தார்கள். அவன் சந்தோசமாக எட்டிப் பார்த்த போது பக்கத்தில் வந்த சின்ன தங்கச்சி, "ஏட்டி முத்தக்கா, உனக்காவ வராட்டியும் மச்சானுக்காக வந்திருவோம்ல" என்றாள். சொக்காரமாரு வந்ததும் அவள் காரியங்களைச் செய்ய ஆரம்பித்தாள்.

எல்லோருக்குமாக வெளி அடுப்பில் பச்சரிசி சாதம் பொங்கி

வட்டப்படையல் போடப்பட்டது. சாம்பார், ரசம், பொரியல் அவியல், அகத்திக்கீரை, தக்காளி சட்னி, மோர் என எல்லாம் தயாராகி தனித்தனி பாத்திரங்களில் வைக்கப்பட்டன.

நடுவுள்ள அண்ணன் முன்னால் நின்று எல்லாம் செய்தார். அவளுக்கு ஆச்சரியம் தாங்க முடியல. அண்ணே, நீங்க ரெஸ்ட் எடுங்க என்ற போது அவர் சத்தமாகச் சொன்னார். “ஏட்டி ஒன்சோலியப் பாரு. அவருக்குச் செய்ய கடமைப்பட்டு இருக்கோம். ஒருவருசமா அவர நினைச்சி நான் கொடிமர சாமி கும்பிடப் போவல்லன்னா பாத்துக்கோ, உன் மொவன் இல்லாத வூட்டுல நாங்க வந்து நிக்கணும்லா” என்ற போது இன்னும் நெகிழ்ந்துபோனாள்.

அது போக எதுத்த வீடு பக்கத்து வூட்டுப் புள்ளைகளும் வந்து விட்டார்கள்.

வேகமாக இறைந்து வந்த ஓதுவார் மூர்த்தி கோயிலில் வேலை இருந்ததால் வருவதற்குக் கொஞ்சம் நேரமாகி விட்டது என்று சொல்லிவிட்டுக் காரியங்களை விடுவிடுவென்று பார்த்தார். எல்லா காரியங்களும் முடிச்சிட்டுப்போகும்போது அவருக்கு ஒரு ஆசை இருந்தது. மெதுவாக முத்தாத்தாவிடம் வாய்விட்டுக் கேட்டார்.

“முத்தாத்தா ஒண்ணு சொல்லவா, ஓம் புருஷன் அந்த பாட்டிலை என்னிடம் கொடுக்கச் சொன்னார். அவருக்காக நான் குடிக்கணுமாம். நாளைக்கி வந்து வாங்கிக்கிடுதேன், சரியா” என்றார்.

அவள் சிரித்துக்கொண்டே நாளைக்கி எடுக்கும் போது உங்களுக்குக் கொடுத்து வுடுதேன், நீங்க இப்போ இதைக் கொண்டு போங்க நீயும் படையல் படைப்புகளையும் பணத்தையும் புதுநேரியல் துண்டில் கட்டிக் கொடுத்தாள்.

சப்பாணி, சுடலை, கிய்யான் மிய்யான் மகன் என எல்லோருக்கும் பாடல்களின் மீதே கண் இருந்தது. நாளைக்கி யாருக்குக் கிடைக்குமோ என்று ஏங்கியவாறு கிளம்பிப் போனார்கள்.

சின்னர்தங்கை போகும் போது ஒரு வார்த்தைதான் சொன்னாள். “ஏக்கா, இந்த பாட்டில்களை எக்காரணம் கொண்டும் நம்ம ஊட்டுப் புள்ளைகளுக்குக் கொடுத்திடாதே. அதுக வெளிய தெரியாம குடிச்சிக்கிட்டு அலையுது. நீ கொடுத்தா வீட்டுக்குள்ள வந்த மாரி ஆயிரும் பாத்துக்கோ” என்று சொல்லிவிட்டுப் போனாள். அவளுக்கு சாக்காட்டிக்குன்னு டாஸ்மாக்கில் வாங்கி வந்ததை என்ன செய்ய

தோன்றிக்கொண்டே இருந்தது. கிய்யான்மிய்யான் மொவனுக்குக் கொடுத்தா அம்புட்டுதான். குடிச்சிப் போட்டு தெருவுல சலம்பல் பேசி அலும்பு பண்ணி ஊரையே நாற அடிச்சாலும் அடிச்சுப் போடுவான். அவனுக்கு பீர் பாட்டிலைக் கொடுக்கலாம் என்று முடிவு செய்தாள்.

அந்த பிராந்தி பாட்டிலை யாருக்குக் கொடுக்கலாம் என்று ரெண்டு நாளா யோசனை செய்தாள். சப்பாணிக்குக் கொடுக்கலாம். அவன் குடும்பத்துல யாரும் எதுவும் எண்ணக் கூடாது. அது போக அவன் குடும்பம் சண்டைக்கு தரிச்சிக்கிட்டு நிக்கும். அதுக வாயில போயி விழுந்துரக்கூடாது. பின்ன சுடலை மாடனுக்குக் கொடுக்கலாம் அவன் குடிக்கிற ஆளுதான். அவன் குடிச்சி மூஞ்சி சூட்டை பத்தி போயி திரியிரான். அவன் குடித்து என்னமாச்சும் ஆயிப் போச்சுன்னா, முத்தாத்தா கொடுத்த சாக்காட்டு பிராந்தியை குடிச்சி இப்படி ஆயிப் போச்சுன்னு இன்னிக்கி இல்லன்னாலும் ஆறு மாசம் கழிச்சின்னாலும் பேசுவாங்க. நம்ம எதுக்கு அந்த பொல்லாப்புக்கு ஆளாவனும். அவள் மனம் கிடந்து அடித்துக்கொண்டே இருந்தது.

அன்னைக்கி இரவு புருசனுக்குப் புடிச்ச கருவாட்டுக் கொழம்பு வச்சிருந்தாள். அதையும் அவுரு இல்லாம எப்படித் திங்க என்று மனம் சலித்துக் கொண்டது. எதுவும் ஓடவில்லை.

புறவாசல் கொல்லைக்குப் போயி மூஞ்சியை சோப்புப் போட்டு கழுவி, நல்லா கைகால்களை அழுந்த துடைத்துக் கழுவி அவருக்கு படையலுக்கு வைத்த தேங்காப்பூ டவலால் துடைத்துக்கொண்டு நடுவூட்டுக்குள் வந்தாள். முகத்தைக் கழுவும் போதே அவளுக்குள் தீர்மானம் பிறந்துவிட்டது. கருவாட்டு வாசம் அடுப்படியில் இருந்து வந்துகொண்டிருந்தது.

அவளுக்கு என்னமோ பேய் பிடித்தது போல இருந்தது. கதைவை சிக்கென இழுத்துப் பூட்டினாள்.

மெதுவாக நடந்து நடுவீட்டுக்குள் போனவள் பெட்டிக்குள் வைத்திருந்த பிராந்தி பாட்டிலை எடுத்துப் பார்த்தாள். தன் புருஷன் தன்னைப் பார்ப்பது போல பாட்டிலாக மாறி இருந்தார்.

பெருங் குடிகாரராக மாறிய பின்னும் அவர், முத்தாத்தா என்று கொஞ்சுவது போல சத்தம் கொடுத்துபடி வீட்டுக்குள் நுழைவார். அந்த காறக்குரலில் நேசம் பாதியும் காமம் பாதியும் கலந்து இருக்கும். அது அவளைக் கட்டிப் போடும்.

முத்தாத்தா, அவரைப்போலவே சொல்லிப் பார்த்து சிரித்துக்கொண்டாள். சட்டென பாட்டிலின் கழுத்தைத் திருகினாள். பாட்டில் மூடி திறக்க மறுத்தது. வேகமாக அடுப்படிக்குள் போய் சூரிக் கத்தியை எடுத்து மூடியின் பிடிமானங்களை அறுத்தாள்.

மெதுவாக திறந்தபோது குமிழிகள் பொத்துக்கொண்டு மேலே எழும்பி வந்தன. அந்த வாடையே அவளுக்குக் கொடுமையாக இருந்தது. அவள் பக்கத்துல வைத்திருந்த கண்ணாடி கிளாசில் ஊற்றினாள். பாதி ஊற்றி விட்டு கூடுதலுக்கு தண்ணீர் கலந்தாள்.

மடக்கென்று மடக்கென்று குடித்தாள். அவளால் நாத்தத்தைத் தாங்க முடியவில்லை. எப்படித்தான் இந்த நாத்தத்தை தினமும் குடித்தாரோ என்று எண்ணிக் கொண்டாள். வேகமாக அடுப்படிக்குப் போய் சோற்றை தட்டையில் போட்டு கருவாட்டுக் கறியை கரண்டியால் கோரி ஊத்தினாள்.

சோற்றுத் தட்டையை தூக்கிக்கொண்டு திரும்புகையில் நடக்க முடியாமல் திணறினாள். கால்கள் தள்ளாடி அவளைக் கீழே சாய்ப்பது போல இருந்தது. சாப்பாடு தட்டை அப்படியே நடுஹால் மேஜையில் வைத்தாள்.

அப்படியே உள்ளறையில் அவர் நின்று கொண்டு அழைப்பது போல இருந்தது. பிராந்தி பாட்டிலில் மீதியிருந்த கொஞ்சம் மதுவையும் கிளாசில் ஊற்றிக் கொண்டு அவரைத் தேடினாள். நடுவீட்டில் அவர் நின்று கொண்டு கைநீட்டி அழைத்தார். அவர் கண்ணில் அவளை அப்படியே தலைக்கு மேல் தூக்கும் காமம் தெரிந்தது. பயந்தபடியே அருகில் கிளாசை நீட்டிக் கொண்டே போனாள்.

அவர் புறவாசலுக்குப் போய் அவளைப் புடித்து மடியில் கிடத்தி அந்தக் கிளாசில் இருந்த தண்ணீர் கலக்காத பச்சை மதுவை ஊட்டினார். அவள் குடித்த போது அது இனிப்பது போல இருந்தது. அதற்குள் கண்கள் இருண்டு போக எழுந்து பார்த்தாள். எல்லாமே மங்கித் தெரிந்தது.

அவளைச் சுற்றி ஏதோ வளையங்கள் தோன்றி நெருக்கி அவளை இறுக்கியது. தள்ளாடி நடந்து சாப்பாட்டுத் தட்டை எடுக்க எண்ணி எழ முயற்சித்தாள்.

உற்றுப் பார்க்கையில் அவர் மங்கலாகத் தெரிந்தார். எழுந்தவளால் நிமிர முடியவில்லை. “ஏங்க எங்க போனீங்க” சத்தமாக அழைக்க

நினைத்துக் கத்தினாள். அவள் தொண்டையிலிருந்து குரல் வரவில்லை. யாரோ அவளைப் பிடித்துத் தள்ளுவதைப் போல இருந்தது.

ஏய்யா நான் சாக்காட்டு கொண்டாடியதை நேர்ல வந்து ஏத்துக்கிட்டீங்களா" அவர் ஏதோ பதில் சொன்னார். அவள் காதில் எதுவும் விழவில்லை. மீண்டும் கேட்கத் தோன்றியவளால் பேசவோ நிற்கவோ முடியவில்லை.

பொத்தென்று அப்படியே மல்லாக்க விழுந்தவள் எந்தச் சலனமுமின்றி மோட்டுவளையைப் பார்த்தபடி கண்குத்திக் கிடந்தாள்.

★★★

எம்.எம்.தீன்

ஊர்: அரிகேசவநல்லூர், நெல்லை மாவட்டம். படிப்பு: எம்.ஏ. ஆங்கில இலக்கியம். பி.எல். மதுரை சட்டக் கல்லூரி. நூல்கள்: எம்.ஜி.ஆருடன் பேசிக்கொண்டிருக்கிறேன், அவளின் தீண்டல், மாறவர்மன் குலசேகர பாண்டியன். நாவல்: யாசகம். திருநெல்வேலியில் 30வருடங்களாக வழக்கறிஞர் பணி. இலக்கியம், நெல்லைச் சீமை வரலாறு போன்றவற்றில் ஈடுபாடு. சிறுகதைகள் நாவல் தளத்தில் இயங்கும் ஆவல். குடும்பம்: மனைவி மற்றும் இருமகள்கள்.

கருமாரி

அ. வால்டர் ராபின்சன்

கிழக்கு நோக்கி விரிகிற ஆறடி சாலையின் தொடுபுள்ளியில் சூரியன் மேலெழும்பிக் கொண்டிருந்தது. 'அடிக்கிற வெயிலுக்கு ஒரு கோட மழ பேஞ்சா தேவல' என யாரோ நான்கு நாட்களுக்கு முன்பு முணுமுணுத்தது கேட்டு நேற்றிரவிலிருந்து அதிகாலை வரை வானம் உடைந்தும் கூட, காலை ஏழு மணிக்கே அடுப்புக்குள் நிற்பது போலிருந்தது. நிலத்திலிருந்து புறப்படுகிற ஈரப்பதமான அனல் கால்களினூடாகப் பாய்ந்து அசூயையை உண்டாக்கியது. ஒயர் கூடைக்குள் தண்ணீர் பாட்டிலையும், சிறிய பாத்திரத்தில் எலுமிச்சை சாதத்தையும் சுமந்து கொண்டு வேக வேகமாய் நடந்தாள். உச்சியில் சுரந்த வியர்வை பின்னங்கழுத்தில் அப்பிய பவுடரை வழித்துக் கொண்டு முதுகின் நடுக்கோட்டை நோக்கிப் பயணிக்கத் துவங்கியது. அவளது வியர்வையோடு நனைந்த கனகாம்பரத்திலிருந்து கிளம்புகிற மணத்தில் சொற்களில் அடங்காத போதை உலகம் ஒன்று உண்டு. முகத்தில் பூசியிருந்த மஞ்சள், அவளது கறுத்த தோலோடு இணைந்து வெளிர் பச்சை நிறம் வெயிலில் எதிரொளித்தது. இந்த நிற மாறுதல் அவளுக்குப் பிடித்ததேயில்லை. அவள் கண்கள் இதையெல்லாம் உணர்ந்ததில்லையென்றாலும்,

'மஞ்சப் பூசிருக்கறப்ப உம் மூஞ்சியெல்லாம் இளம்பச்சையா இருக்கு. உன் நெறத்துக்கு நீ கம்மியாப் பூசணும். என் மூஞ்சிய பாத்தியா. எவ்வளவு மஞ்சப் பூசுனாலும் மஞ்சளாத்தான் தெரியும்' என யாரோ ஒருத்தி நிற வேறுபாட்டைச் சொன்னதற்குப் பிறகு மஞ்சள் பூசுவதையே நிறுத்திவிட்டிருந்தாள்.

'நீ சாமி சிலையெல்லாம் பாத்துருக்கியா கறுப்பு நிறத்துல இருக்கும்.' அது மேல மஞ்சத் தண்ணியெல்லாம் ஊத்தும்போது உம் முகத்துல தெரியற மாதிரிதான் இளம்பச்சையாத் தெரியும். அதுக்குப் போயி இப்பிடி அலுத்துக்கிறியே? கண்ணாடியெல்லாம் பாத்து ஒப்பன செஞ்சிக்கிறதில்லையா? நீ வேணா பாரு... மஞ்ச தேச்சா நீ எம்புட்டு அழகா இருப்பன்னு எவனாவது ஒருநாள் உன்கிட்ட சொல்லுவான். அன்னைக்கிருந்து நீ ரசிச்சு ரசிச்சு மஞ்சளத் தேய்க்கத்தான் போற' என அம்புலி தாத்தா எப்போதோ சொன்னது நினைவிற்கு வந்தது. தாத்தா சொன்னது போலவே அந்த எவனோ ஒருவன் சந்திரனாக இருப்பான் என நினைக்கவேயில்லை. 'மொகத்துக்கு மஞ்ச போட்டா அவங்க அழகாயிருப்பாங்க' என அவன் சொன்னதை, தனம் கருமாரியின் காதில் போட்டு வைத்தாள்.

'ஆட்டோவ ரோட்டுல ஓட்டச் சொல்லுக்கா. எங்கிட்ட ஓட்ற வேலையெல்லாம் வேணாம்' வெடுக்கென பதில் பேசியது நினைவிற்கு வந்து போனது. ஆனாலும் அவன் கேட்டுக்கொண்டதால் நேற்று அவனோடு அதே ஆட்டோவில் மருத்துவப் பரிசோதனைக்குப் போய் வந்ததை இன்னும் நம்ப முடியவில்லை.

"எனக்கு கண்ணுல பிரச்சனை இருக்குனு உன்ன யார் அவர்கிட்ட சொல்லச் சொன்னது?" என்று தனத்தைக் கடிந்து கொண்டாள்.

"இப்போ என்னடி?" எனக்குத் தெரிஞ்ச டாக்டர் சொக்கர்கோயில்கிட்ட கண் ஆஸ்பத்திரி வச்சிருக்காருக்கா. எனக்கு வேண்டியவங்கனா ஃப்ரீயாவே ட்ரீட்மென்ட் பண்ணுவாரு... இத நான் சொன்னா அவங்க கோவப்படுவாங்க, வரவும் மாட்டாங்க. அதனால நீயே கூட்டிட்டு வர்ற மாதிரி கூட்டிட்டு வான்னு சந்திரன்தான் சொன்னான். ஒருத்தன் பாக்குறதையும் பேசுறதையும் வெச்சே அவன் எப்பிடின்னு தெரிஞ்சிக்க வேணாமா? என்னைக்காவது உன் கண்ணத் தவிர வேற எங்கேயாவது பாத்துப் பேசிருக்கானா? நல்ல மனசு நோவுற மாதிரி நடந்துக்காத. நீயும் நானும் சேர்ந்து எட்டு மணி நேர டூட்டி பாத்ததோட நமக்குள்ள எல்லாம் முடிஞ்சிருச்சுனு நான் நினைச்சதில்ல. உனக்கு ஏதாவது

ஒண்ணுனா நான்தாண்டி வந்து நிக்கணும். சந்திரனும் எனக்குக் கூட பொறந்தவன் மாதிரி... அந்த உரிமைலதான் சொன்னேன்... அவன்கிட்ட சொன்னது தப்புனு நீ நெனச்சாலும் பரவாயில்ல... இந்த செக்கப்பு என்ன ஏதுன்னு முடியிற வரைக்கும் நீ எங்க கூட வந்துட்டு போ... உங்கிட்ட வேற எதையும் பெருசா நாங்க எதிர்பாக்கல.''

வந்த அழுகையை அமைதியாக அடக்கியவாறுதான் அவளும் தனமும் ஆட்டோவில் சந்திரனோடு மருத்துவமனைக்குப் போனார்கள். பரிசோதனைக்குப் பிறகான மேற்சிகிச்சை விவரங்களை இன்று சொல்வதாக மருத்துவமனை தரப்பில் கூறப்பட்டிருந்தது. அதனால்தான் தனமும் கருமாரியும் காலை ஒரு மணி நேரம் அனுமதி வாங்கியிருந்தார்கள்.

நீர்காத்த அய்யனார் கோவிலருகே அம்புலி தாத்தாவின் நடமாட்டம் இருப்பதாக ஊருக்குள் பேச்சு. சிறிது தூரம் போகவிட்டு... ''லேய்ய்... கருமாரி' எனக் குரலுயர்த்துகிற தாத்தாவின் அசரீரி கேட்டுவிடுமோ என்கிற பயத்தில் நடையின் வேகத்தை அதிகரித்தாள். எட்டு வருடத்திற்கு முன்பு வரை வாய்க்கால் பாலத்தின் மீது அமர்ந்து கொண்டு பள்ளியிலிருந்து திரும்புகிற கருமாரியை எடக்கு பேசிக் கொண்டே இருப்பார்.

''லேய்ய்... காலைல எப்பிடி பள்ளிக்கூடத்துக்குப் போனவ?''

''பஸ்லதான் போனேன்.''

''ஆமா... நீ வாட்டுக்கு பஸ்ஸ விட்டுட்டேன் லேட் ஆகிருச்சுனு ஒத்தையில நடந்து போற வேலையெல்லாம் வச்சுக்காத. நான் இங்கனதான் இருக்கேன் வந்து ஒரு சத்தம் குடுத்தினா விட்டுட்டு வந்துருவேன். வெளங்குச்சா?''

''ஆமா நானு நடந்து போறேனு நீரு பாத்தீராக்கும்?''

''இப்ப மட்டும் என்ன ஆகாசத்துலயா பறந்து போயிட்டு இருக்கவ? வாயடிக்காம சைக்கிள்ல வந்து உக்காரு மயானத்தத் தாண்டி இறக்கிவிட்டு வாரேன்.''

''அதெல்லாம் நாம் போயிப்பேன் தாத்தா.''

''வீம்புக்குப் பொறந்ததாட்டம் பண்ணாத. முக்கு ரோட்டுல இருந்து கரிசக்கொளம் வரைக்கும் பொழுதைக்கும் நடக்க என்ன வேண்டுதலா வச்சிருக்க?''

எழுபத்தைந்து வயதைக் கடந்த பின்பும் உறுதி குலையாத உடலோடு நடமாடுகிற அம்புலி தாத்தாவின் அன்பிலும் அவ்வளவு உறுதி. 'அய்யனாரு துணை இருக்கப்ப என்ன பயம் வேண்டி கெடக்கு? எந்நேரமா இருந்தாலும் பொம்பளயாளுக கூட முக்கு ரோடு வரைக்கும் ஒத்தையா போயிட்டு வரலாமப்பா' என்பார்கள். ஆனால் பசும் நிலங்களுக்கிடையே நேர் வகிடைப் போலப் பிரிகிற இந்த ஒற்றை சாலையில் தோப்புகளையும் காடுகரைகளையும் பாதுகாத்ததென்னவோ அம்புலி தாத்தா தான். இப்போதும் இந்தச் சாலை பகலில் கூட ஆள் அரவமற்றுதான் இருக்கிறது. அவ்வப்போது ஒன்றிரண்டு இரு சக்கர வாகனங்கள் உறுமிக்கொண்டு பறக்கின்றன. உலையை இறக்கி எல்லா வேலைகளையும் முடித்துக் கிளம்ப எப்படியாவது நேரம் இழுத்துவிடுகிறது. ஸ்ரீவில்லிப்புத்தூரிலிருந்து வருகிற இரண்டு பேருந்துகளும், மிக முன்னதாகவோ அல்லது தாமதமாகவோதான் கரிசல்குளத்தைக் கடக்கின்றன. வெறும் ஒன்றிரண்டு நிமிடங்களில் பேருந்தைத் தவற விட்டு விடுவாள். அதனாலயே இந்தப் பேருந்து நேரப் பரபரப்புக் கணக்குகளுக்குள் சிக்காமல் கரிசல் குளத்திலிருந்து முக்கு ரோட்டுக்கு நடையைக் கட்டி விடுவாள். முக்கு ரோடு என்பது ஏதோ தெருமுனை தூரமல்ல. கரிசல் குளத்திலிருந்து ஏழு கிலோமீட்டர் தொலைவிற்குக் குறைவில்லாதது.

கருமாரி ஓயர் கூடையை வலதிலிருந்து இடக்கைக்கு மாற்றினாள். அட்டை மில் முக்கு ரோட்டை அடைவதற்கு இன்னும் நூறு மீட்டர் தொலைவு இருந்தது. வாகனங்கள் துகள்களாகத் தெரிந்தன. மனிதர்களும் துகள்களாகத் தெரிந்தனர். வியர்வையை முந்தியில் துடைத்துக்கொண்டு வேகத்தை அதிகரித்தாள். பாதங்கள் சுருக்கென வலித்தன. அதையெல்லாம் எப்பவும் போல கண்டுகொள்ளாமல் நடந்தாள். இத்தனை பரபரப்பிலும் கடந்த மாதம் தனம் கேட்டது அவளுக்குப் புதிதாக ஓர் உறுத்தலையும் ஆர்வத்தையும் கொடுத்துக் கொண்டேயிருந்தது.

'நீ நெசமாவே இதுவரைக்கும் எந்தக் கலரையும் பாத்ததேயில்லையா மாரி?'

அவள் கேட்ட கனத்தில் இடவலமாக தலையசைத்ததோடு சரி. அதற்குப் பிறகு அதைப் பற்றிய சிந்தனைகளும் பழைய நினைவுகளும் தோன்றாமலில்லை. கருமாரிக்கு விவரம் தெரிந்ததிலிருந்து எல்லாமே கறுப்பு வெள்ளை நிறத்தில்தான் பார்த்திருக்கிறாள். எல்லாருமே

இப்படித்தான் காட்சிகளை உணருவதாக நினைத்துக் கொண்டிருந்தாள். பள்ளி நாட்களில்தான் அவளுக்கு நிறம் என ஏதோ ஒன்று இருப்பதாகத் தெரியவந்தது. ஆனால் அதை உணரமுடியாததால் பெரிதாக அதைப் பற்றி அலட்டிக் கொள்ளவில்லை.

'மயில் தோக விரிச்சு நின்னு பாத்து ரொம்ப நாளாச்சு. பச்சக் கலர்ல அப்பிடியே ஜிவ்வுனு இருக்கும்ல.'

'இந்த மஞ்ச கலர் பாவாட உனக்கு நல்லாருக்கு.'

'செவப்பு கலர் காருன்னா எனக்கு ரொம்பப் புடிக்கும்.'

'வானத்துல தங்கக் காச ஒட்டி வச்ச மாதிரி சூரியன் ஆரஞ்சு கலர்ல எப்பிடி மின்னுது பாரேன்.'

'பஞ்சவர்ணக்கிளிக்கு மட்டும் எத்தன கலரு.... ப்பாஆ.'

'நேத்திக்கி நான் வானவில் பாத்தேனே.'

இப்படி இன்னும் ஏராளமான கீச்சுக் குரல்கள் அவளைச் சுற்றி வண்ணங்களைப் பற்றிய பேச்சை எடுக்கும்போதெல்லாம் தலையைக் கவிழ்ந்து கொண்டு வேறு வேலையைப் பார்ப்பது போல இருப்பாள். அதற்குப் பிறகு அவளுக்கு இவையெல்லாம் பழகிப்போயிருந்தன. வளையல்கள், பொட்டுகள், சீலைகள் என ஒரு பெண் இயல்பிலேயே வண்ணங்களால் தன்னை ஒப்பனை செய்து கொள்கிற எவை குறித்தும் அவளுக்குப் பெரிதாக ஆர்வமில்லாதிருந்தாள். ஆனால் மிகச் சிறிய அவளது தினசரி ஒப்பனைகளும், ஆடைகளின் நிறத்தேர்வும் அவள் வண்ணங்களை உணர்கிற திறனற்றவள் என்பதைக் காண்பவர்கள் நம்ப மறுக்கிற அளவிற்கு நேர்த்தியாக இருக்கும். அவளே இந்த நிறங்களைப் பற்றிய சிந்தனைகளைப் புறக்கணிக்க நினைத்தாலும், எதிர்ப்படுபவர்கள் அவளது ஆடைகளின் நிறங்களையோ, பெரிய பெரிய காதணிகளின் நிறங்களையோ பற்றி ஒரு நிமிடமாவது வியப்போடு உரையாடுவதுண்டு. துவக்கத்தில் இது ஒருவித மனக் குழப்பத்தையும் ஆற்றாமையையும் கொடுத்தது. ஆனால் இப்போது அப்படி இல்லை. அவளும் வண்ணங்களின் பெயர்களைத் தெரிந்து வைத்துக் கொண்டு, எதிரில் இருப்பவர்கள் நம்புகிற அளவிற்கு அவை குறித்துப் பேசுகிறாள். தன்னிடம் நிறம் பற்றிப் பேசுகிற ஒவ்வொருவரிடத்திலும் தனது கண்களின் திறன் பற்றி விளக்கிக் கொண்டிருக்க அவள் விரும்பவில்லை.

கருமாரி அட்டை மில் முக்கு ரோட்டை நெருங்கியபோது ஓரளவு சத்தமாகவே பாடல் ஒலித்தது.

'கருணை உள்ளம் கொண்டவளே கருமாரியம்மா... அம்மா
கருணை உள்ளம் கொண்டவளே கருமாரியம்மா'

பாடல் ஒலித்த திசையில் பார்த்தபோது சந்திரன் ஷேர் ஆட்டோவோடு நின்றிருந்தான். கருமாரிக்கு கோபம் தலைக்கேறியது. தனம் அவள் கையை இறுகப் பற்றினாள்.

"வந்ததும் வராததுமா என்னடி உனக்கு இவ்வளவு கோவம்? கொஞ்சம் அமைதியா இரு" எனப் பற்களைக் கடித்துக் கொண்டு சொன்னாள்.

"யாராவது பாத்தா என்ன நெனப்பாக? இவருக்கு ஒவ்வொரு வாட்டியும் சொல்லணுமோ?"

"பாட்டுதானடி போட்டான்... அதுவும் ஒன்னோட பேரு அதுல வரதுனால ஒரு பிரியத்துல போடுறான். வேற என்ன பெருசா பண்ணிட்டான்?"

"அந்த எழவு தான் வேணாங்கறேன். இப்பிடித்தான் பிரியத்த ஊருக்கே பாட்டுல படம் போட்டுக் காட்டுவாங்களா?"

தனம், கருமாரியின் கையைப் பிடித்து ஷேர் ஆட்டோவை நோக்கி இழுத்துச் சென்றாள். சந்திரனை முறைத்தபடியே ஆட்டோவிற்குள் நுழைந்தாள் மாரி.

"நீதான் அந்தப் பாட்ட போடுறத நிறுத்தேன்டா... உனக்கும் எவ்வளவு பட்டாலும் புத்தி வரமாட்டுது. இவதான் முசுடு புடிச்சவளா இருக்கானு தெரியிதுல. வேற எவளுக்காவது பாட்டப் போட்டாவாச்சும் ஏதாவது பலன் கெடைக்கும்."

தனம் இதைச் சொன்ன அடுத்த நொடி கருமாரி அவளை முறைத்தாள்.

"என்னடியம்மா இது வம்பா போச்சு. உனக்காகப் பாட்டுப் போட்டாலும் குத்தம். வேற எவளுக்காச்சும் பாட்டுப் போடச் சொன்னாலும் குத்தம்னா எங்க போறது?!"

"யக்கா... நீ சொல்ற மாதிரியெல்லாம் வேற யாருக்கும் பாட்டுப் போட முடியாது. இந்தப் பாட்டுதான் என்னோட தேசியகீதம் பாத்துக்க... என்ற சந்திரன் தலைக்கு நேர் இருந்த கண்ணாடியில் கருமாரியின் முகம் பார்த்துக்கொண்டே 'நீங்க எதுவும் சங்கடப்படாதீங்க. அக்கா

அறியாமைல பேசிருச்சு" என்றான்.

'ரெண்டுமே திருந்தாத கேஸு. காலைல ஏன்டா என் தாலிய அறுக்கறீங்க. சீக்கிராம ஆஸ்பத்திரிக்குப் போடா கூட்டம் வந்துறப் போகுது" எனப் புலம்பினாள்.

"ஆஸ்பத்திரிக்கி சாயங்காலமா போயிக்கலாம். டாக்டர் வர்றதுக்கு லேட் ஆகுமாம். அப்போவே போன் பண்ணிக் கேட்டுட்டேன். அதனால ரெண்டு பேரையும் கம்பெனில எறக்கிவிட்றேன்."

"டேய்ய்... இத இவ்வளவு நேரம் கத அளந்தப்ப சொல்லிருக்கலாம்ல. இப்போ பாரு பெர்மிசன் வாங்குனது வேஸ்ட்டாப் போச்சு."

"அதெல்லாம் ஒண்ணும் ஆவல... எனக்கு ஜாலியாத்தான் போச்சு. ஸ்கூல் ட்ரிப் போயிட்டு வந்து கம்பெனி பஸ் ஸ்டாப்ல நிக்கிறேன் வந்துருங்க ரெண்டு பேரும்" என்றவாறு பணியிடத்தில் இறக்கி விட்டான்.

ஆட்டோவிலிருந்து இறங்கியதும் மாரி, தனத்தைப் பார்த்துக்கொண்டே சொன்னாள்... "அக்கா நீ சொன்னதாலதான் வர்றேன்... மத்தபடி எதுவும் இல்லனு சொல்லு... அம்புலி தாத்தாவத் தவிர வேற எந்த ஆம்பளைக்கும் என் மனசுல இடமில்ல."

"நீ திருந்தவே மாட்டடி... இந்த லூசுப் பயல சொல்லணும்" முணுமுணுத்துக்கொண்டே தனம் நடந்தாள்.

பின்னால் சந்திரனின் குரல் கேட்டது. "ஏங்க... அம்புலினாலும் நிலாதான்... சந்திரன்னாலும் நிலாதான்... நீங்க எங்க போனாலும் நிலா உங்க தலைய சுத்திக்கிட்டேதான் இருக்கும். சாயங்காலம் வெயிட் பண்ணுவேன் வந்துருங்க."

இரண்டாயிரமாவது ஆண்டின் ஆவணி துவங்கி இரண்டாவது வாரத்தில் மழை தீராது கொட்டிக் கொண்டேயிருந்தது. அதுவும் இந்த இரண்டு நாட்களில் அதிக மழை. மேற்கில் தென்னந்தோப்பையும் மாந்தோப்பையும், கிழக்கில் கரும்புத் தோட்டத்தையும் ஒற்றை ஆளாகக் கூலிக்குக் காவல் காத்துக் கொண்டிருந்தார் அம்புலி. இந்த கனமழைக்கு நடுவே இரு திசைகளுக்கிடையே பயணித்து, காவலுக்கு இருப்பது சவாலாக இருந்தது. தனக்கென ஒரு குடும்பத்தை அமைத்துக்கொள்ளாத அம்புலிக்கு, காட்டு வேலைகளும் காவலுமே வாழ்வாதாரமாக இருந்தன. கரிசல்குளத்திலிருந்து, அட்டை மில்

வரைக்கும் அம்புலியைத் தெரியாத ஆட்களே இல்லை. யாரிடமும் பாரபட்சமின்றிப் பழகுவதும் உதவுவதும் அம்புலியின் இயல்பு. நீர்காத்த அய்யனார் கோவிலுக்கு அருகேதான் அம்புலியின் இருப்பிடம். இருப்பிடமென்றால் சிறிது நேரம் கண்ணயர்கிற அந்தத் தரைப் பாலம்தான். மழை சற்று நேரம் தன் இயக்கத்தை நிறுத்தியிருந்தது. வெற்றுடம்புடன் அம்புலி நீண்ட கம்பொன்றைக் கையில் வைத்து ஈரச் சருகுகளை ஒதுக்கிக் கொண்டே வந்தார். நீர் இரவு முழுக்கப் பெருக்கெடுத்து ஓடி அதன் மட்டம் குறைந்திருந்ததால் தரைப்பாலம் தெளிவாகத் தெரிந்து கெண்டைக் காலளவிற்குத் தண்ணீர் ஓடியது. கண்ணுக்கெட்டிய தூரம் வரை மின்சாரம் இருப்பதற்கான அறிகுறிகள் இல்லை. தவளைகள் சத்தம் இந்த அதிகாலை இருட்டில் அம்புலிக்குச் சற்று எரிச்சலை உண்டாக்கியது. குளிர் சற்று அதிகமாக இருந்ததால், ஒரு சுருட்டைப் பற்ற வைத்த இரண்டாவது இழுப்பில் தரைப்பாலத்தின் அடியில் குழந்தையின் சிணுங்கல் கேட்டது. அம்புலி பதற்றமாகி தரைப்பாலத்தின் அடியில் இறங்கி டார்ச் வெளிச்சத்தைப் பாய்ச்சினார். வெள்ளாட்டுக் குட்டியொன்று கழுத்து வரை மூழ்கியபடி நின்று கத்திக்கொண்டிருந்தது. சுருட்டை வாயின் ஓரத்தில் ஒதுக்கிவிட்டு, டார்ச்சை ஒரு இடத்தில் வெளிச்சம் தெரியும்படி வைத்தார். நீர் முழங்காலளவிற்கு இருந்தது. ஆட்டுக்குட்டியின் அருகில் சென்றபோது, அதன் அம்மா ஆடு சுவரின் ஓரமாக அசைவற்று இருந்தது. அம்புலி ஆட்டுக்குட்டியைத் தூக்கித் தோளில் போட்டுக் கொண்டு, அம்மா ஆட்டைக் கையில் ஏந்தி வந்து பாலத்தின் மீது போட்டார். ஆட்டுக்குட்டி அம்புலியின் தோள்களிலிருந்து தாவி தாயின் உடலைச் சுற்றி வந்து கத்திக்கொண்டே நின்றது.

“இந்தப் பொழுது உனக்கும் எனக்கும் இப்பிடியாடே விடியணும்?! உங்காத்தாக்காரி உன்னய அல்லாட விட்டுட்டு அவ சொகுசாப் போயி சேர்ந்துட்டா பார்த்தியா...!”

ஆட்டுக்குட்டி அம்புலியைப் பார்த்தபோது, இருவரின் கண்களும் ஈரத்தில் பிசுபிசுத்திருந்தன.

“செத்த இங்கனேயே நில்லுடே.... அய்யா மண்வெட்டிய எடுத்து வாரேன். உங்காத்தாளுக்குச் செய்ய வேண்டியத செஞ்சிருவோம்.”

அம்புலி சற்று தூரம் நடந்தபோது தரைப்பாலத்தின் அடியில் மீண்டும் விசும்பல் சத்தம் கேட்டது.

'டே… உள்ள உன் அண்ணன் தம்பி எவனும் இருக்கானுவளா? இன்னும் என்ன சத்தம் கேக்கு?'

ஆட்டுக்குட்டியைக் கேட்டுக்கொண்டே பாலத்தின் அடியில் இறங்கினார் அம்புலி. டார்ச்சை உட்பகுதியில் அடித்துப் பார்த்தார். ஆட்டுக்குட்டி எதுவும் புலப்படவில்லை. ஆனாலும் விசும்பல் கேட்டுக் கொண்டிருந்தது. நீரின் வேகம் குறைந்தபாடில்லை. இன்னும் சற்று தூரம் நகர்ந்ததும் பஞ்சாரமொன்று பாலத்தின் சுவரில் மோதி மோதி மிதந்துகொண்டிருந்தது. அம்புலி வேகமாக பஞ்சாரத்தின் அருகே வந்தபோது, அதனுள் வைக்கோல் நிரப்பப்பட்டு இருந்தது. அம்புலி வைக்கோலை விலக்கிப் பார்த்தார். கண்களை இறுக மூடியபடி குழந்தையொன்று இருந்தது. அம்புலிக்கு நெஞ்சுக்குழி படபடத்து வலிக்க ஆரம்பித்தது. ஒரு கணம் என்ன செய்வதெனத் தெரியவில்லை.

"அய்யோ…" என அலறியபடி வேட்டியை உருவி குழந்தையை அதில் சுற்றினார். டார்ச்சை அரைஞாண் கயிற்றில் சொருகிக்கொண்டு வேகமாக பாலத்தின் மேலேறினார்.

"எந்த சிரிக்கி முன்டைக்கும் வக்கத்த பயலுக்கும் பொறந்து இந்தத் தண்ணியில சீரழிஞ்சிட்டுக் கெடக்க? ஏன்டா இப்பிடிப் பண்றீங்க? ஒண்டிக்கட்டையா இருக்கேனு தெரிஞ்சும் இந்த ஒண்ணுமில்லாத பய கைல வந்து அன்டுறீங்களே இது நியாயமாடே?! காட்டு வேலையாப் பாத்துக் காய்ச்சுப் போன கைல இப்பிடிப் பூ மாதிரி வந்து ஒட்டிக்கிட்டு இருக்கீங்களே… அய்யோ… என் உசுரெல்லாம் வலிக்கிதே…"

அம்புலிக்கு கால்கள் நடுங்கின. கோவணத்தோடு குழந்தையை இரு கையிலேந்தி இருக்க, ஆட்டுக்குட்டி காலடியில் நின்றுகொண்டிருந்தது. அருகில் தாய் ஆட்டின் உடல் கிடந்தது. அடுத்த மழைக்கு ஆகாசம் ஆயத்தமாகிக் கொண்டிருந்தது. குழந்தையை மார்போடு அணைத்தபடி, கரும்புத் தோட்டத்திலிருந்து ஒரு கையில் களைக்கொத்தை எடுத்துக் கொண்டு வேகமாக ஓடி வந்தார். ஒற்றைக் கையால் களைக்கொத்தால் குழிபறித்து அதில் ஆட்டின் உடலைத் தள்ளினார். மண்ணைக் குழியில் தள்ளியபோது ஆட்டுக்குட்டி அலறியது. குழந்தையை இறுக அணைத்துக் கொண்டு வேகமாக கரிசல்குளம் சாலையில் ஓடினார். பின்தொடர்ந்து வெள்ளாட்டுக் குட்டியும் ஓடியது. ஆட்டுக்குட்டியின் சத்தம் கேட்டு நிமிர்ந்த பேச்சி அவளை நோக்கி வந்த உருவத்தைப் பார்த்ததும் அதிர்ச்சியில் விளக்குமாறைக் கீழே போட்டு நின்றாள்.

“என்ன அம்புலி இது இப்பிடி கோவணத்தோட ஓடிவந்து நிக்கிற?! ஆத்தா... இது யாரோட புள்ளய சொமந்துகிட்டு வந்துருக்க? என்னாச்சு அம்புலி?”

“வீட்டுக்குள்ள போ பேச்சி... மொத ஒன்னோட சீல எதயாவது கொண்டா... என்ன நடந்துச்சுனு சொல்றேன்.”

பேச்சி நான்கைந்து சீலைகளை மடித்துத் தரையில் விரித்து அம்புலியிடம் குழந்தையை வாங்கி அதில் படுக்க வைத்தாள். அம்புலிக்கு இன்னும் மூச்சிரைப்பு நின்றபாடில்லை.

“இந்தா இந்த வேட்டிய கட்டு மொதல்ல. களவாணிப் பயலுக யாரும் வந்து வம்பு பண்ணிட்டானுகளா? என்னாச்சு அம்புலி? இந்தப் பச்சப் புள்ள யாருது?”

‘மழ நிக்கவும் பயிருக எதுவும் சேதமாகிருக்கானு பாக்குறதுக்குக் கிளம்பி வந்தேன். பாத்தா... தரப் பாலத்துக்கு அடியில பஞ்சாரத்துக்குள்ள தண்ணியோட தண்ணியா இந்த சீவன் மெதந்துட்டு வருது. கொலையாடிப் போச்சு. என்ன பண்ணுறதுனு தெரியல. அதான் உன்கிட்ட தூக்கி வந்தேன். வருசக்கணக்கா நீயும் சடையாண்டியும் புள்ள இல்லாம எம்புட்டு தொயரப்பட்டீக... அதுக்குப் பலனா நீ கும்புடுற அந்த மாரியம்மா இந்தப் புள்ளயக் குடுத்ததா நெனச்சு எப்டியாவது நீ இருக்கவரைக்கும் கொஞ்சம் வளத்து வுட்ரு... என்னால முடிஞ்சத நானும் குடுக்குறேன். முடியாதுன்னு மட்டும் சொல்லிறாத பேச்சியம்மா.”

“காலம் போன கடைசில இப்பிடி பொட்டப் புள்ளயக் கொண்டாந்து வளத்துருன்னு நிக்கிறியே அம்புலி... அந்த மனுசன் அவ்வளவு ஏங்குனப்போ வயித்துலயும் தங்கல... இப்பிடி எந்தப் புள்ளயும் கிடைக்கல. இப்போ ஒத்த ஆளா நான் எப்பிடி?’

“ரொம்ப எல்லாம் யோசிக்காத பேச்சி... இது உனக்கான புள்ள... அதான் இத்தன மழையிலயும் உசுரப் புடிச்சிக்கிட்டு இருந்துருக்கு. முடியாதுனு மட்டும் சொல்லிறாத... என்னனு தெரியல... இத நான் பாத்த சூழ்நில என் மனச விட்டுப் போக மாட்டுது... இத வேற யார் கையயோ கவருமெண்டுகிட்டயோ குடுக்க மனசு வரல.”

அம்புலிக்கு மனம் கனத்து வார்த்தைகள் தடுமாறவும் அங்கிருந்து வெள்ளாட்டுக்குட்டியைத் தூக்கிக் கொண்டு தோட்டத்திற்கு ஓடினார். வருடங்கள் ஓடத் துவங்கிய போது கருமாரி பெரிய

மனுசியாகியிருந்தாள். அவள் பத்தாவது பொதுத் தேர்வு எழுதியிருந்த விடுமுறையில்தான் பேச்சியம்மாள் தன் இருப்பை முடிவிற்குக் கொண்டு வந்தாள்.

'பொட்டப் புள்ளய தனியா விட்டுப்போட்டு, இங்க வந்து காவ காத்துட்டு இருக்க முடியாது' என தோட்டத்திலேயே ஒரு குடிசையைப் போட்டு மாரியை அங்கு தங்க வைத்துக் கொண்டார் அம்புலி. அவர் எவ்வளவோ கெஞ்சியும் மேல்நிலைப்பள்ளிப் படிப்பை முடிக்க மாரி முன்வரவில்லை. தனி ஆளாக அம்புலி இன்னும் சிரமப்படுவதை விரும்பாமல் தறி ஓட்டுவதற்கு வேலைக்குச் சேர்ந்து ஐந்து வருடங்கள் கடந்துவிட்டன. கரும்புத் தோட்டத்தில் ஈக்கள் மொய்க்க அம்புலி செத்துக் கிடந்தும் பத்து மாதங்கள் கடந்துவிட்டன. அம்புலி தாத்தாவின் இறப்பிற்குப் பிறகு தோட்டத்துக் குடிசையைக் காலி செய்து, பேச்சியம்மாளோடு வசித்த வீட்டிற்கே மீண்டும் வந்து விட்டாள் மாரி.

கம்பெனியிலிருந்து வெளியேறியபோது சந்திரன் ஆட்டோவோடு நின்றிருந்தான்.

“சீக்கிரமா வண்டிய எடுடா. மாமா வாரதுக்குள்ள வீட்டுக்குப் போவணும். ஆஸ்பத்திரில கேட்டுட்டியா? டாக்டர் இருக்காரா? சீக்கிரம் பாத்துறலாம்ல?” தனம் கேள்விகளை அடுக்கிக் கொண்டே போனாள்.

“ஸ்ஸ்ஸப்பாஆ... கேக்க வேண்டியவங்களே அமைதிய வாராங்க.. நீ இத்தன கேள்வி கேக்குற? அதெல்லாம் விசாரிச்சு வச்சுட்டேன். போனதும் பாத்துரலாம்.”

ஆட்டோ வேகமெடுத்தது. அவ்வப்போது முன் கண்ணாடியில் சந்திரனைப் பார்த்துக் கொண்டே வந்தாள் மாரி. அவள் பார்ப்பதைக் கவனிக்காதது போல புன்னகையோடு ஆட்டோவை முறுக்கினான். சற்று நேரத்தில் ஆட்டோ மருத்துவமனையை அடைந்தது. வரவேற்பறையில் ஏதோ பேசினான். உடனடியாக மருத்துவரைப் பார்க்க அழைக்கப்பட்டனர்.

மருத்துவர் தனத்தையும் மாரியையும் பார்த்துவிட்டு 'இதுல மாரி யாரு?” என்றார்.

“இவங்கதான் சார்” மாரியைக் கை காட்டினான் சந்திரன்.

“நீங்க ரெண்டு பேரும் வெயிட் பண்ணுங்கம்மா. மாரிகிட்ட ரிப்போர்ட்ட குடுத்து விடறேன்” என மருத்துவர் சொன்னதும் தனமும் மாரியும் வெளியில் காத்திருந்தார்கள். பதினைந்து நிமிடங்கள் கடந்திருக்கும். சந்திரன் வாட்டமாக வெளியே வந்தான்.

“போலாமா?”

“டாக்டர் என்னடா சொன்னாரு?”

“வாக்கா... வண்டியில போய்க்கிட்டே பேசுவோம்.”

“இப்ப எதுக்கு மொகரையத் தொங்கப் போட்டுருக்க? அவளுக்கு ஏதும் ஆபரேசன் பண்ணணும்னு சொல்லிட்டாரா?”

சந்திரன் எதுவும் பேசாமல் நின்றான்.

“நான் சொல்லட்டுமா? இந்தப் பிரச்சனைய சரிபண்ண முடியாது. அந்தப் பொண்ணு கண்ணுக்கு கறுப்பு வெள்ளை மட்டும்தான் தெரியும். கடைசி வரைக்கும் வேற கலர பாக்க முடியாதுன்னு சொல்லிருப்பார். கரெக்ட்டா?” சந்திரனைப் பார்த்துச் சிரித்துக்கொண்டே கேட்டாள் மாரி.

தனம் கண்கள் அகல சந்திரனையும் மாரியையும் பார்த்தாள்.

“என்னடி சொல்ற? ஏன்டா சந்திரா... இவ சொன்ன மாதிரியா டாக்டர் சொன்னாரு?”

சந்திரன் கீழே குனிந்துகொண்டு தலையை அசைத்தான்.

“இந்த நெறக்குருடு பொறந்ததுல இருந்து இருக்குக்கா. எனக்குதான் தெரியல. வெவரம் தெரிஞ்சதுக்கு அப்புறம்தான் இப்பிடி ஒரு பிரச்சனை இருக்குனு புரிஞ்சது... ஆனா பேச்சியாத்தாவுக்கோ, அம்புலி தாத்தாவுக்கோ இது தெரியாது. நான் யார்கிட்டயும் சொல்லவும் இல்ல. தாத்தா எனக்கு மாப்ள பாக்க ஆரம்பிச்சப்போ அவருக்காகக் கல்யாணம் பண்ணிக்கணும்னு தோணுச்சு. ஆனா வர்றவன் என்னய இப்பிடியே ஏத்துப்பானா? தாத்தா இறக்குறதுக்கு ரெண்டு மாசம் முந்தி ஆலங்குளத்துல ஃப்ரீ செக்கப் பண்ணாங்க. அங்க செக் பண்ணப்பவே அந்த டாக்டரம்மா சொல்லிருச்சு. இது நூத்துல ஒருத்தருக்கு வர்றது. உன்னால கடைசிவரைக்கும் எந்தக் கலரையும் பாக்க முடியாதுனு. இத நான் அப்பவே சொல்லிருந்தா நீ நம்பிருக்க மாட்டக்கா... உனக்காகவும் அவருக்காகவும்தான் சரின்னு வந்தேன். நீங்களே தெரிஞ்சிக்கட்டும்னு...”

‘அதெல்லாம் ஒண்ணும் இல்ல ஒனக்கு... இன்னும் நல்ல ஆஸ்பத்திரி நல்ல டாக்டராப் பாத்து எதாவது பண்ணி சரியாக்கிறலாம்டி மாரி’ தனம் கலங்கினாள்.

“அடச்சீ... அழுவாத. கொஞ்சமாச்சும் எதார்த்தமாப் பேசு... ஆகுற வேலையப் பாப்போமா? இப்போ கேட்டுச் சொல்லு உன் தம்பிய... என்னையக் கட்டிக்கிறாரான்னு” மாரி கேட்டதும்,

“அம்புலியும் சந்திரனும் ஒண்ணுதான்னு சொல்லுக்கா” என்றான் சந்திரன்.

தனம், மாரியைக் கட்டிக்கொண்டு தாயைப் போல அழுதாள். மாலை வெயிலின் ஒளியில் நிறங்கள் சிதற ஆரம்பித்திருந்தன.

★★★

அ. வால்டர் ராபின்சன்

இவர் ஒரு ஓவியர். ஓவிய ஆசிரியராகவும் பணியாற்றுகிறார். புதுக்கவிதை, சிறுகதை எழுதுவதில் விருப்பமுள்ளவர். இவருடைய கவிதைகள் ஆனந்த விகடன், மின்னிதழ்களில் வெளியாகியுள்ளன. ‘கருமாரி’ இவரது பதினைந்தாவது சிறுகதை.

காந்தியின் கூர்

நெய்வேலி பாரதிக்குமார்

“இந்த இஸ்தானா வுட்நியூக் அரண்மனை ஒரு காலத்தில் சிங்கப்பூரின் அசைக்க முடியாத அடையாளமாக இருந்தது மிஸ்டர் ஆதித்தன். அப்போ இது பேரதிசயம். ஆடம்பரமான ஆபரணங்கள், மரவேலைப்பாடுகள், பிரம்மாண்டமான அறைகள் அப்படின்னு பிரமிக்க வைத்த கட்டடக்கலை. அவர் காலத்துக்குப் பின்னால இரக்கமில்லாத பாவிகள் அந்த மாளிகையை ஆக்கிரமிச்சு இஷ்டத்துக்கு இடிச்சிட்டாங்க. என்ன ஒரு அற்புதமான கலைப் பொக்கிஷம்? இத்தனை இயந்திரங்கள் கண்டுபிடிக்கப்பட்டு ஒரு கட்டடத்தைக் கட்டுவதற்கும் அன்னிக்கு உளவிய தொழில்நுட்பங்கள் எதுவும் இல்லாமல் மனித அறிவின் உச்சத்தில் உருவாவதற்கும் பெரிய வித்தியாசம் இருக்கு இல்லையா ஆதித்தன்? தொன்மையைத் தேடுவதும் அதைப் பாதுகாப்பதும் பைத்தியக்காரத்தனம் இல்லை ஆதித்தன். நம் தொலைந்து போன அறிவைத் தேடும் மகத்தான பணி அது.

ஜோகூர் சுல்தான் அபுபக்கர் இப்னி டேயிங் இப்ராகீம்தான் இந்த பூலோக சொர்க்கத்தைக் கட்டினவர். ஜோகூரோட தந்தை இல்லையா அவர்? ஒரு சாம்ராஜ்யத்தையே கட்டி எழுப்பியவரின் கனவு அரண்மனையை எப்படிப் பார்த்துப் பார்த்துக் கட்டி இருப்பார்? அதை இடிக்கும் போது அதன் ஆன்மா எப்படித் துடிச்சிருக்கும்? யோசிச்சுப் பாருங்க. அதுக்கப்புறம் சில வருஷங்கள் யாருமே இதைக் கவனிக்கலே கடைசிக் காலத்துல மூச்சுத் திணறிக்கிட்டு இருக்கிற முதியவர் மாதிரி

பலகீனமா தவிச்சிக்கிட்டு இருந்துச்சு. இதோட ஒரு பகுதியை மட்டும் வாங்கி கொஞ்சமா சரிபண்ணிட்டு இங்கேயே வந்து தங்கிட்டேன். பணம் இல்லாம விடலை. அந்தப் பழமையைச் சிதைக்கக் கூடாதுன்னு அதுக்கு மேல மாடிஃபிகேஷன் எதுவும் செய்யாம விட்டுட்டேன். எப்படி இருக்கு?" என்று பெருமிதத்துடன் கேட்டார் நீதியரசர் ஸாங்யே. சீனர்களுக்கே உரிய மஞ்சள் வண்ண அவரது முகம் கர்வத்தால் ஜொலித்தது. கழுத்தில்லாத மேல்சட்டை ஒரு பைஜாமா என்று இரவு உடையிலிருந்தார் ஸாங் யே. அரண்மனையின் மாடியிலிருந்து பார்க்கும்போது சிங்கப்பூரின் பிரசித்திபெற்ற தாவரவியல் பூங்கா பூத்துக் குலுங்கியிருப்பது நன்றாகத் தெரிந்தது.

ஒருபக்கம் நீண்டு பரந்திருந்த ஹாலண்ட் சாலை, இன்னொரு பக்கம் டைர்சால் அவென்யூ. இரண்டுக்கும் இடையில் திகில் திரைப்படங்களில் வரும் பாழடைந்த பங்களா போலக் காட்சியளித்தது இஸ்தானா வுட்நியூக்.

"அற்புதம். வர்ணிக்க வார்த்தைகளே இல்லை" வியப்பின் விளிம்பில் நின்றிருந்தார் நீதியரசர் ஆதித்தன். அவரது கண்ணாடிக்குள் இருந்து உருண்டையான பெரிய கண்கள் இன்னும் அகல விரிந்தன. தழைய கட்டியிருந்த வேட்டியும் சந்தனச் சட்டையும் அவருக்கு எப்பொழுதுமே அழகு.

"பக்கத்துல நேப்பியர் சாலை இருக்கில்லே. அந்த நேப்பியர் யாருன்னு தெரியுமா உங்களுக்கு?"

இல்லை என்பது போல தலையாட்டினார் ஆதித்தன்.

"நேப்பியர்தான் சிங்கப்பூரோட முதல் வழக்கறிஞர். அவர்தான் இங்க முன்னாடி இருந்த அரண்மனையைக் கட்டினவர். 2006-ல இந்த மாளிகை எரிஞ்சுபோயிடுச்சு... யாரோ விஷமிகள் தீ வச்சிட்டாங்க. அதுக்கப்புறம் அநாதை போலக் கைவிடப்பட்டது. பொதுமக்கள் இங்க வரவே பயந்தாங்க. அப்புறம் கவர்ன்மென்ட்ல பேசி பிடிவாதமா அரண்மனையோட இந்த ஒரு போர்ஷனை மட்டும் வாங்கிட்டேன். அபுபக்கரும் நேப்பியரும் வாழ்ந்த மண்ணுல நான் இன்னிக்கு இருக்கேன். நடக்கிறேன், பேசறேன், தூங்கறேன். அதி நவீன சிங்கப்பூர்ல இன்னிக்கு எங்கேயும் மண்ணையே பார்க்க முடியாது. ஒண்ணு பூங்காவா, புல்தரையா இருக்கும். இல்லைன்னா தார்ச்சாலைகள்... மழை பெய்தால் உங்கள் இந்தியாவில் அனுபவிப்பது போன்ற மண்வாசனையை அனுபவிக்க முடியாது.

சிங்கப்பூர் உச்சநீதிமன்றத்தோட நீதிபதியா நான் இருக்கறது பெருமை இல்லை ஆதித்தன். இந்த அரண்மனையில் இருக்கறதுதான் எனக்கு கௌரவம் பெருமை, சந்தோஷம் எல்லாம்."

"அதெல்லாம் சரிதான். ஆனா இது அவ்வளவு பாதுகாப்பானது இல்லை. மிஸ்டர் ஸாங் யே... எத்தனை பெருமைகள் இருந்தாலும் இந்த அரண்மனை இரவு நேரத்துல பார்க்கப் பேய் மாளிகை மாதிரி இருக்கு. பழைமையை விரும்பும் உங்களோட அலாதியான ஆர்வம் உங்களுக்கே ஆபத்தா முடியுமோன்னு கவலைப்படறேன்..."

ஸாங் யே அதைப் பொருட்படுத்தியதாகவே தெரியவில்லை. அங்கிருந்த மேஜையிலிருந்த அழகான மரச்சட்டகத்தில் பொருத்தப்பட்ட கண்ணாடியை எடுத்தார்.

"இந்தக் கண்ணாடியைப் பாருங்கள். அந்தக் காலத்து பெல்ஜியம் கண்ணாடி. இன்னிக்கும் எப்படி உடையாம சிதையாம இருக்கு. லேசா மங்கலாகி இருக்கு அவ்வளவுதான்."

"அமேசிங்... அதோட மரச்சட்டகம் அபாரமான வேலைப்பாடு."

"அபுபக்கரோட பையன் சுல்தான் இப்ராகீம் மனைவி பயன்படுத்தின கண்ணாடி... நான் இதை ஸ்டாக்ஹோம் ஏலத்துல எடுத்தேன். நம்முடைய பொக்கிஷத்தை எவனோ திருடி எங்கேயோ வித்திருக்கான். அது நம்மகிட்டயே வரணும்னு இருக்கு பாருங்க. அப்புறம் நான் உங்களுக்கு இன்னொரு அதிசயத்தைக் காட்டப்போறேன்."

அவசரமாக அங்கிருந்த கண்ணாடி அலங்கார பீரோவைத் திறந்தார். அதில் நகைக்கடைகளில் பிரேஸ்லெட் வைப்பது போன்ற அழகான வெல்வெட் பெட்டி ஒன்றை எடுத்தார். அதைத் திறந்து அதில் இருந்த பென்சில் ஒன்றை ஆதித்தனிடம் காண்பித்தார்.

"இது யாருடைய பென்சில் தெரியுமா?" என்று மர்மப் புன்னகையுடன் கேட்டார். ஒடிந்துவிடுமோ என்கிற அளவு மிகப்பழசாக இருந்தது. ஆர்வத்தில் அதைக் கையில் வாங்க முயற்சித்து, தனது கைகளை நீட்டினார் ஆதித்தன். சட்டென்று அதனைப் பின்னிழுத்து மூடினார் ஸாங் யே.

"அதெல்லாம் தொடக்கூடாது சாரி தப்பா நினைக்காதீங்க. ரொம்ப பத்திரமா வச்சிருக்கேன். இந்திய வம்சாவளி இல்லையா நீங்க? உண்மையில் இப்ப உங்களுக்கு மெய்சிலிர்க்கும்னு நினைக்கிறேன். இது மகாத்மா காந்தியோட பென்சில். உங்க ஃபாதர் ஆஃப் நேஷன்."

"அப்படியா நிஜமாவா?"

"ஆமாம் லண்டன் ஏலக் கம்பெனி ஒலிவர் ரீவ் அண்ட் கோ இப்பதான் பதினஞ்சு நாளைக்கு முன்னால ஏலம் விட்டாங்க. ஒரு லட்சத்து முப்பதாயிரம் பவுண்ட் கொடுத்து வாங்கினது. 1931 ஆம் வருஷம் பிரிட்டன்ல வட்ட மேஜை மாநாடு நடந்துச்சு. அதுல கலந்துக்கறதுக்காக காந்தி அங்க வந்திருந்தார். அப்போ அவரை ஜான் ஹெண்ட்ரின்னு ஓவியர் ஒருத்தர் ஓவியமா வரைஞ்சார். எல்லாம் பென்சில் ஓவியங்கள். அந்த ஓவியங்களை எல்லாம் பின்னாடி காலத்துல லண்டன்ல இருந்த சோத்பைஸ் அப்படிங்கற கம்பெனி ஏலம் விட்டுட்டாங்க. ஆனா ஜான் ஹெண்ட்ரிக்கு காந்தி நன்றி தெரிவிச்சு அங்கேயே ஒரு காகிதத்துல தன்னோட பென்சிலால நாலு வரி எழுதிக்கொடுத்திருக்கார். ஜான் ஹெண்ட்ரி கேட்டதாலே அவருக்கே தாம் கையெழுத்துப் போட்ட பென்சிலை ஞாபகார்த்தமா கொடுத்துட்டார். அந்தக் கடிதம் வேற கம்பெனிக்கிட்ட ஏலத்துக்குக் குடுத்துட்டாங்க... அதை என்னால வாங்க முடியலை. ஆனா அந்த பென்சில் ஹெண்ட்ரியோட வாரிசுகள்கிட்ட இருந்துச்சு. அதை ஒலிவர் கம்பெனியில கொடுத்து ஏலம் விடச் சொல்லிட்டாங்க அதுதான் இது!"

"உண்மையிலேயே மெய்சிலிர்க்குது ஸாங் யே."

"அந்த உணர்வு விலை மதிப்பில்லாதது. ஒவ்வொரு முறை ஒவ்வொரு பொருளைத் தொடும்போதும் நான் அதை உணர்கிறேன் ஆதித்தன்."

"ரொம்ப உண்மையா சொல்லணும்னா இந்தப் பழங்காலப் பொருள்களை எல்லாம் அதிக விலை கொடுத்து வாங்கி சேகரம் பண்றவங்களை நான் பைத்தியக்காரர்கள் அப்படின்னுதான் இதுநாள் வரைக்கும் நினைச்சிக்கிட்டு இருந்தேன்..."

"அப்படி நினைச்சிக்கிட்டு இருக்கிறவங்களை நான் கண்ணிருந்தும் குருடர்கள் அப்படின்னுதான் சொல்லுவேன். ஒவ்வொரு பொருள்லேயும் அதைப் பயன்படுத்தினவங்களோட உயிரின் துளி ஒட்டிக்கிட்டு இருக்கு. அதை நாம தொடும்போது மட்டும்தான் உணரமுடியும். காதால கேள்விப்படறவங்களால நிச்சயமா உணர முடியாது. அதுக்குள்ள கண் விழிச்சிக்கிட்டு இருக்கற அவங்களோட ஆன்மா நம் விரல்களை வருடும். அதை வார்த்தைகளால சொல்லிட முடியாது ஆதித்தன். இப்ப உங்களுக்கு ரொம்ப பக்கத்துல காந்தி இருக்கார். ஆனா நான் அவரைத் தொடவிடலை. இப்பதான் உங்களுக்குள்ள ஒரு பரவசம் உண்டாகும்."

“என் மனசுல இருக்கற எண்ணத்தை அப்படியே சொல்லிட்டீங்க ஸாங் யே! எனக்கு உண்மையிலேயே ஏமாற்றமாத்தான் இருக்கு.”

“யெஸ்... யெஸ்... அப்பத்தான் உங்களுக்கு அந்த உன்னதம் புரியும். அதை உடனே உங்களைத் தொடவிட்டுட்டா அதோட மகத்துவத்தை முழுசா உங்களால புரிஞ்சிக்க முடியாது. அது உங்களுக்கு மிக நெருக்கத்தில்...” கண்களை இறுக மூடி கைகளை ஒன்றிணைத்து தனது உடல் மொழியால் நெருக்கத்தைப் புரிய வைக்க முயற்சித்தார் ஸாங் யே. “ஆமாம் ரொம்ப நெருக்கத்தில் அந்த ஆன்மா இருக்கிறது. ஆனா உங்களால் நெருங்க முடியாத நெருக்கம். என்ன ஒரு வினோதம் ஒரு நிமிஷம் யோசிச்சுப் பாருங்க. உங்கள் கண்களுக்கும் இமைகளுக்கும் இடையே உள்ள நெருக்கம் மாதிரி. உங்கள் கண்களால் ஒருபோதும் உங்கள் இமைகளைப் பார்க்கவே முடியாது.”

“ஆமாம்...” ஒரு முறை முயற்சித்துப் பார்த்துத் தோல்வியுற்றார் ஆதித்தன்.

“இப்ப உங்களுக்கு அந்த இமைகள் மாதிரி காந்தியின் பென்சில்... இந்த ஏமாற்றம் அப்படியே இருக்கட்டும் ஆதித்தன். அதை பத்திரமா வச்சிக்கங்க. நீங்க மிக விரும்பும் ஒரு பெண் தொலைவில் இருந்து எப்படியோ ஐ லவ் யூ அப்படின்னு உங்களுக்குச் சொல்லிட்டான்னு வச்சிக்குவோம்... அவளை அடுத்த முறை நேரடியா நெருக்கமா சந்திக்கக் காத்திருக்கும் தருணம் எவ்வளவு உன்னதமா இருக்கும்? அது மாதிரி காத்திருங்க... அதுக்கு அப்புறம் அந்த பென்சிலைத் தொடும்போதுதான் உங்களால மெய்மறக்கும் சிலிர்ப்பை அடைய முடியும்.”

“யெஸ் யூ ஆர் ரைட் ஸாங் யே.”

“உங்கள் இந்தியாவிலிருந்து நீதிபதிகள் நமது நீதிமன்றத்தின் 53ஆவது ஆண்டு விழாவில் கலந்துகொள்ள வருகிறார்கள் என்று கேள்விப்பட்டேன்.”

“ஆமாம் அது விஷயமாகத்தான் சீஃப் ஜஸ்டிஸைப் பார்த்துட்டு வர்றேன். இந்தியாவுக்கும் சிங்கப்பூருக்கும் ஆத்மார்த்தமான பந்தம் இருக்கு. லீ க்வான் யூ வை கடவுள் மாதிரி பாவிக்கிறவர்கள் தமிழ்நாட்டில் இன்னமும் இருக்கிறார்கள். ஐம்பதாவது ஆண்டுவிழாவுக்குக் கூட இந்தியாவில் இருந்து நீதியரசர்கள் வந்திருந்தார்கள்.”

“அப்ப நமக்கு நிறைய வேலை இருக்குன்னு சொல்றீங்க.”

“ஆமாம் அவர்களை காந்தி மியூசியத்துக்கு அழைத்துச் செல்ல வேண்டிய பொறுப்பை சீஃப் ஜஸ்டிஸ் நம்ம இரண்டு பேருக்கும் தந்திருக்கார்... என்னுடையது பெரும்பாலும் சிவில் கேஸ். இன்னிக்கு கேஸ் எல்லாம் சீக்கிரம் முடிஞ்சிடுச்சு. அதனால அவர் ரூமுக்கு வரச்சொன்னார். நீங்க கிரிமினல் கேஸ் எல்லாம் பாக்கறீங்க... அதான் பிசியா இருக்கீங்க அனேகமா நாளைக்கு உங்ககிட்ட பேசுவார்...”

ஸாங் யே வின் உதவியாளர் அவரிடம் வந்து சன்னமான குரலில் “சார் உங்களைப் பார்க்க தியோடர் ஹெண்ட்ரி அப்படின்னு ஒருத்தர் வந்திருக்கார். அப்பாயின்ட்மென்ட் இல்லை. ஆனா அப்பீலிங் கமிட்டி மெம்பர் ஹோங்க் ஜூன் லெட்டர் கொடுத்திருக்கார்”

“ஓகே வரச்சொல்லுங்க செக்யூரிட்டி ரொட்டீன் செக் பண்ணிட்டு அனுப்புங்க...”

“ஓகே சார்.”

சில நிமிடங்களில் தியோடர் உள்ளே வந்தார்...

“குட் ஈவினிங் சார் நான் தியோடர் ஹெண்ட்ரி லண்டன்லேர்ந்து வர்றேன் ஜான் ஹெண்ட்ரியோட உறவினர்.”

ஸாங் யே புருவங்களை உயர்த்தினார் “ஜான் ஹெண்ட்ரி?”

“ஆமாம் சார் காந்தியோட பென்சில் ஓவியங்களை வரைந்தவர். அவருக்கு காந்தி தந்த பென்சிலைத்தான் நீங்க ஏலத்துல எடுத்திருக்கீங்க..!”

ஸாங் யே எழுந்து நின்று அவரது கைகளைக் குலுக்கினார் “அமேசிங் அமேசிங் என்ன ஒரு அதிர்ஷ்டம் பாருங்க. வரலாற்று முக்கியத்துவம் வாய்ந்தவை உங்கள் கைகள் ஹெண்ட்ரியோட உறவினர் கூஸ்பம்ப் மொமென்ட். சொல்லுங்க தியோடர்”

நீங்க பழைமைமிக்க பொருட்களை எல்லாம் வாங்கி பத்திரமா காப்பாத்தறீங்க... உங்ககிட்ட அந்த பென்சில் வந்து சேர்ந்தது எங்களுக்கு ஒரு வகையில ரொம்ப மகிழ்ச்சி!”

“ப்ளெஷர் இஸ் மைன்.”

“உங்களுக்கு ஒரு வினோதமான பழக்கம் இருக்குன்னு கேள்விப்பட்டோம் எந்த ஒரு பழைமையான பொருளை ஏலத்துல எடுத்தாலும் அதை உங்க பயன்பாட்டுல கொஞ்ச நாள் வச்சிருந்துதான் பிறகு உங்க வீட்டுல உள்ள மியூசியத்துல வைப்பீங்க அப்படின்னு தெரிஞ்சுது?”

“ஆமாம் ஒரு வகையில் அந்தப் பொருட்களோட ஒரு ஆத்ம பந்தத்தை அது உருவாக்குது. இவர் மிஸ்டர் ஆதித்தன். இவரும் சுப்ரீம் கோர்ட் ஜட்ஜ்தான். கொஞ்ச நேரத்துக்கு முன்னாடிதான் அந்தப் பென்சிலைப் பார்த்தார். ஆனா தொடலை... தொடுவதற்கான நேரம் வரலை அப்படின்னுதான் சொல்லுவேன். அன்னிக்கு ஏலத்துல தொகை ஏற ஏற எனக்குள்ள ஒரு பதட்டம் இருந்துச்சு. எனக்குத்தான் அப்படின்னு ஆன பிறகு ஒரே ஒரு முறை அந்தப் பென்சிலைத் தொட்டேன் அப்படி ஒரு சிலிர்ப்பு. அதுக்கு அப்புறம் என்னுடைய அடுத்த தீர்ப்பு சமயத்துலதான் தொடுவேன் அது வரைக்கும் அந்த எதிர்பார்ப்பு இருக்கே அதுக்கு இணையே இல்லை!”

“புரியுது சார்... ஆனா அதுலதான் எங்களுக்கு ஒரு ரிக்வஸ்ட் இருக்கு.”

“சொல்லுங்க.”

“ஒலிவர் கம்பெனியில் ஏலத்துக்குத் தந்தது ரிச்சர்ட் பிரவுன். அவர் எனக்கு சகோதரர் முறை. அவர்தான் ஹெண்ட்ரிக்கு நேரடி உறவு. குடும்பச் சூழல் காரணமா வேற வழியில்லாம ஏலத்துக்குத் தந்துட்டார். இன்ஃபாக்ட் அவருக்கு அந்த ஐடியாவைச் சொன்னதே நான்தான்...”

“ஓ தேங்க் யூ.”

“இப்ப என்ன சிக்கல்னா உங்க கோர்ட்ல அடுத்த கேஸ் லிம் யுன் பொது சொத்தை சேதப்படுத்தியதற்கான தீர்ப்பு அடுத்தது ஆஸ்திரேலியாவோட வான் டாங்க் போதைப்பொருள் கடத்தியதற்கான வழக்கின் தீர்ப்பு இரண்டுதான் உங்க ஷெட்யூல்ல இருக்குன்னு எல்லோருக்கும் தெரியும்...”

“மிஸ்டர்... கேஸ் பத்தி எதுவும் பேசறதுக்கு உங்களுக்கு அனுமதி இல்லை. என்ன காரணம் சொல்லி ஹோாங்க் கிட்ட லெட்டர் வாங்கனீங்க?”

“முழுசா சொல்லிடறேன் சார்... நான் கேஸ் பத்தி எதுவும் பேச வரலை ஆனா, அதுல வான் டாங்க் போதை மருந்து கடத்துனதால அவருக்கு மரண தண்டனை கிடைக்க வாய்ப்பு இருக்குன்னு அம்னெஸ்டி இன்டர்நேஷனல் சிங்கப்பூர் பிரான்ச்ல பேசிக்கறாங்க. லிம் யுன் மிக அதிகபட்சமா சேதம் பண்ணியதால பிரம்படி உண்டுன்னும் சொல்றாங்க...”

“ரிடிகுலஸ் என்னுடைய தீர்ப்பு எப்படி இருக்கும்னு அவங்க எப்படி ப்ரடிக்ஷன் சொல்லலாம்? மிஸ்டர் நீங்க எழுந்து வெளியில போங்க...”

“மிஸ்டர் தியோடர். ஒரு நீதிபதி வீட்டுக்கு வந்து அவரோட ஜட்ஜ்மென்ட் பத்தி எல்லாம் இப்படி கமென்ட் பண்றது சட்டப்படி குற்றம். நீங்க ஒரு பிரிட்டிஷ் சிட்டிசன் அதனால பொறுமையா பேசிக்கிட்டு இருக்கார்” என்றார் ஆதித்தன் கோபமாக...

“சாரி சார் இப்பவும் உங்க ஜட்ஜ்மென்ட் பத்தி எதுவும் சொல்ல வரலை. உங்களோட வழக்கப்படி அந்தத் தீர்ப்புல கையெழுத்துப் போட காந்தியோட பென்சிலைப் பயன்படுத்தப் போறதா ஒரு யூகம் இருக்கு. காந்தியின் அடையாளமே அஹிம்சைதான் பிரம்படி என்பது எத்தனை கொடூரமானதுன்னு உங்களுக்கே தெரியும் ஒரு மனிதனோட புட்டத்துல 24 பிரம்படிகள் விழுந்தா அவன் வாழ்நாள் முழுக்க நடக்கவே முடியாது, உட்கார முடியாது, குப்புறதான் கிடக்கணும். அது ஒருவகை உயிர்வதை. பத்து அடி விழுந்தாலே அது நரகம்தான். உங்க சட்டத்தை விமர்சிக்கலை. ஆனா காந்தியின் பென்சில் அதற்குப் பயன்படப் போகுதுங்கற செய்தி எங்களுக்குப் பெரிய குற்ற உணர்ச்சியைத் தருது.”

“தீர்ப்பில் பேனாவால்தான் கையொப்பமிடணும். பென்சிலால் நான் என்னுடைய நீண்ட நாள் கொள்கைக்காகப் போடுவேன்.”

“எதுவாக இருந்தாலும் வேணாம் சார். பிரிட்டன் தற்சமயம் இந்தியர்களை வெகுவாக மதிக்கிறது. இன்ஃபாக்ட் ஒரு இந்திய வம்சாவளிதான் இன்னிக்கு பிரிட்டனின் பிரதமர். ஒரு மரணதண்டனை தீர்ப்புக்குக் கீழோ அல்லது பிரம்படி மாதிரி கொடூரமான தண்டனைக்குக் கீழோ காந்தியின் பென்சிலால் கையொப்பமிடுவது அவருக்குச் செய்யும் அநீதி அப்படின்னு நாங்க நினைக்கிறோம். இந்தியர்களுடைய மனம் புண்படும். அது எங்களுக்குப் பெரிய மன உளைச்சலைத் தரும்.”

“நான் இதுக்காக சீஃப் ஜஸ்டிஸ் கிட்ட ஸ்பெஷல் பர்மிஷன் எல்லாம் வாங்கி இருக்கேன்... இந்த மாதத்துடன் எனக்கு ஓய்வு. அனேகமாக அந்த இரண்டு வழக்குகள்தான் எனக்குக் கடைசியாக இருக்கும்.”

“ஒரு செயலை ஆர்வத்தின் காரணமாக இப்பொழுது செய்துவிட்டு அதற்குப் பிறகு வாழ்க்கை முழுக்க அதற்காக வருத்தப்பட வேண்டாம்னு நினைக்கிறேன் சார்...”

“சிங்கப்பூர் சட்டப்படி சிங்கப்பூர் நீதித்துறையில் பணியாற்றும் ஒரு சிங்கப்பூர் குடிமகன் என்ன செய்வாரோ அதைத்தான் நானும் செய்கிறேன். இதில் குற்ற உணர்ச்சி எதுவும் தேவையில்லை. காந்தியே

இன்று இருந்தாலும் அவர் என்னைத்தான் ஆதரிப்பார். சட்டத்துக்குக் கட்டுப்படுவதுதான் ஒரு நல்ல குடிமகனுக்கு அழகு.''

''ஒருவேளை நீங்கள் இந்தத் தண்டனைகளை தவிர்த்துவிட்டு அவர்களுக்கு மன்னிப்பு வழங்கினால் அவர் இன்னமும் மகிழ்ச்சி அடைவார்.''

''ஒரு நீதிபதியை நீங்கள் வலியுறுத்த முடியாது மிஸ்டர் தியோடர். குற்றம் செய்யும் மனப்பான்மையை அடியோடு வேரறுக்கும் தண்டனைகள் அவை... ஒரு போதை மருந்து கடத்துபவனால் எத்தனை உயிர்கள் பலியாகின்றன என்று உங்களுக்குத் தெரியுமா? ஒரு தெருப்பொறுக்கியின் வன்முறையால் எத்தனை பேருடைய வாழ்வாதாரம் பாதிக்கப்படுகிறது என்று உங்களுக்குத் தெரியுமா? வன்முறைக்கு எதிரானவர் அவர். உண்மையில் அவருடைய பென்சிலில் நான் கையெழுத்திடுவதை அவரது ஆன்மா ஏற்றுக்கொள்ளும். நீங்கள் கிளம்பலாம்'' முகத்தைக் கடுமையாக வைத்துக்கொண்டு சொன்னார் ஸாங் யே.

''மிக்க நன்றி சார். இவ்வளவு நேரம் எனக்குப் பொறுமையாக விளக்கமளித்ததுக்கு ரொம்ப நன்றி சார்'' என்று மரியாதையாக இருவரையும் வணங்கிவிட்டு வெளியேறினார் தியோடர்.

சிங்கப்பூர் உச்ச நீதிமன்றத் தலைமை நீதிபதியின் அறை. நீதிபதிகள் ஸாங் யே, நீதிபதி ஆதித்தன், நீதிமன்ற அலுவலகத் தலைமைப் பொறுப்பாளர் அனைவரும் அமர்ந்திருக்கின்றனர்.

''நீதிமன்ற வளாகத்தில் அந்த பிரிட்டிஷ்காரர்... அவரோட பேரு...'' தலைமை நீதிபதி தனது நினைவுகளை மீட்டுக் கொண்டுவரும் முயற்சியில் இருந்தார்.

''தியோடர் ஹெண்ட்ரி சார்'' என்றார் தலைமைப் பொறுப்பாளர்.

''ஆமாம் அவர் உண்ணாவிரதம்னு அனவுன்ஸ் பண்ணி உக்காந்துட்டார். ஆக்சுவலா நீதிமன்ற வளாகத்துல இப்படி உட்கார அனுமதி கிடையாது. அவர் முறையா பர்மிஷன் வாங்கலை. ஆனா அவர் ஒரு பிரிட்டிஷ் சிட்டிசன். இது ரெண்டு நாட்டுக்கும் உள்ள உறவில சிக்கலை கொண்டுவந்துடும். மீடியா எல்லாம் வந்துட்டாங்க. அவங்க விஷயத்தை சென்சிட்டிவ் ஆக்கிடுவாங்க.''

''சட்டம் எல்லோருக்கும் சமம்தான். பொது அமைதிக்கு ஊறு விளைவித்தால் அது சட்டப்படி குற்றம் இல்லையா? எஸ்.பி.எஃப்க்கு

இன்ஃபார்ம் பண்ணிடுவோம் சார்'' என்று ஸாங் யே வலியுறுத்தினார்.

“அதுலதான் சின்ன பிரச்சினை இருக்கு. முதல்ல அவங்க தூதரகத்துக்கு இன்ஃபார்ம் பண்ணி. அங்கேர்ந்து ஹையர் அஃபீஷியல் யாரையாச்சும் வரச்சொல்லி அவருக்கு அட்வைஸ் பண்ணச் சொல்லுவோம். நாம ஒரு ஆக்ஷன் எடுத்து அதுக்கப்புறம் அவங்க வேற மாதிரி அதை எடுத்துக்கிட்டா பெரிய பிரச்சினை ஆயிடும். இன்ஃபாக்ட் இந்த வளாகத்துல கார் பார்க்கிங் கூட கிடையாது. அவ்வளவு சின்ன இடம் இதுல இத்தனை மீடியா, பப்ளிக் அப்படின்னு கூட்டம் கூடிடக் கூடாது. அதனால எஸ்.பி.எஃப்.-ஐ வரச்சொல்லி உள்ள யாரையும் அலவ் பண்ணக்கூடாதுன்னு ஸ்ட்ரிக்டா சொல்லிடுவோம். ஆனா தியோடரை இப்ப டிஸ்டர்ப் பண்ணக் கூடாது. நான் மினிஸ்டருக்கு இன்ஃபார்ம் பண்ணிடறேன்.''

“இந்த மாதிரி எக்ஸ்டர்னல் பிரஷர் குடுத்து நீதிமன்ற நடவடிக்கைகளில் குறுக்கிட அனுமதிக்கக் கூடாது சார்'' என்று பணிவுடன் கேட்டுக்கொண்டார் ஸாங் யே.

“அதுல காம்ப்ரமைஸ் பண்ண முடியாது. நீங்க ப்ரொசீட் பண்ணுங்க. வேடிக்கை என்னன்னா பிரிட்டிஷ் கவர்ன்மென்ட்டை எதிர்த்து காந்தி ஹங்கர் ஸ்ட்ரைக் பண்ணினார். இன்னிக்கு காந்திக்காக ஒரு பிரிட்டிஷ்காரரர் அதே ஹங்கர் ஸ்ட்ரைக்கை கையில எடுத்திருக்கிறார்...''

“இதுக்கு முன்னால ஜேம்ஸ் ஓடிஸ் அப்படிங்கற அமெரிக்கக்காரர் காந்திக்காக உண்ணாவிரதம் இருந்திருக்கார். ஆச்சர்யம் என்னன்னா அதுவும் காந்தியோட பொருட்களை ஏலம் விட்ட இஷ்யூதான்...'' என்று நினைவு கூர்ந்தார் ஆதித்தன்.

“அப்படியா கொயட் இண்ட்ரஸ்டிங்.. அது என்ன இஷ்யூ?''

“காந்தியோட ஸெனித் கடிகாரம், அவரோட வேர்க்கடலைத் தட்டு, சப்பல் எல்லாம் திருட்டுப் போயிடுச்சு. அதைத் திருடுனவன் ஜேம்ஸ் ஓடிஸ்கிட்ட வித்துட்டான். அவர் கோடீஸ்வர வியாபாரி. அதை அதிக விலைக்கு ஏலத்துக்கு வித்துட்டார். ஆனா ரொம்ப நாளைக்குப் பிறகு அப்படி பணத்துக்காக ஏலம் விட்டது தப்புன்னு உணர்ந்து ஓடிஸ் இந்தியர்களிடம் மன்னிப்பு கேட்டு 30 நாட்கள் உண்ணாவிரதம் இருந்தார்னு ஒரு செய்தி படிச்சிருக்கேன்.''

“காந்தி ஒரு ஆச்சர்யமான மனிதர்.. உலகத்தின் ஏதோ ஒரு மூலையில் இன்னமும் அவர் வாழ்ந்துகிட்டுதான் இருக்கார். நம்ம

நீதிமன்றத்தின் 53வது ஆண்டுவிழாவுக்குச் சிறப்பு விருந்தினர்களாக இந்திய நீதிபதிகளை அழைச்சிருக்கோம். அது இன்னொரு விதத்துல சென்சிட்டிவ். அவங்க இங்க வர்ற நேரத்துல எதுவும் தப்பா ஆகிடக் கூடாது. அதனால பொறுமையா இந்த விஷயத்தை ஹேண்டில் பண்ணணும். இப்படி ஆண்டிக் மெட்டீரியலுக்காக நீங்க ரொம்ப செலவு பண்றீங்க ஸாங் யே.''

''எனக்கென்ன குடும்பமா குழந்தையா குட்டியா? பணத்தை வீணா செலவு பண்றதைவிட இப்படி உபயோகமா எதையாவது செய்யலாம். எல்லாத்தையும் கவர்ன்மென்ட் செய்ய முடியாது.என்னுடைய காலத்துக்குப் பிறகு இதை ஒரு மியூசியம் ஆக்கலாம், அதை நிறையப் பேர் பார்க்கமுடியும்.''

''கிரேட் திங்கிங் ஸாங் யே... உங்க ரிட்டயர்மென்ட் ஃபங்ஷன் பொறுப்பை ஆதித்தன் கிட்ட விட்டிருக்கேன். ஓகே யூ கேரி ஆன்.''

மூவரும் வெளியே வந்தனர்.

உச்ச நீதிமன்றத்தின் ஐந்தாவது வழக்கு மன்ற வளாகம்...

வான் டாங்கின் வழக்கறிஞர் புதிய மனு ஒன்றை நீதிமன்றத்தில் சமர்ப்பித்தார். ''மிஸ்டர் நடேசன்... உங்க ஃபைனல் ஆர்க்யூமென்ட் மட்டும்தான் இங்க சப்மிட் பண்ணலாம். இப்ப புதுசா ஒரு எவிடன்ஸ் இருக்குன்னு மனு குடுத்திருக்கீங்க. நீதிமன்ற நடைமுறைகள் உங்களுக்குத் தெரியாதா?''ஸாங் யே கடுமையாகக் கேட்டார்.

''நிச்சயம் தெரியும் யுவர் ஹானர். ஆனா வழக்குல இன்னும் தீர்ப்பு சொல்லப்படலை. ஒரு உயிர் சம்மந்தப்பட்ட விஷயம் இது... இந்த எவிடன்ஸ் இப்பதான் கிடைச்சிருக்கு.''

''ஐ அப்ஜக்ட் யுவர் ஹானர்'' அரசுத் தரப்பு வழக்கறிஞர் கடுமையாக ஆட்சேபித்தார்.

''இதைக் கண்டிப்பா அனுமதிக்கணும்னு தாழ்மையுடன் கேட்டுக்கொள்கிறேன் யுவர் ஹானர். இது முக்கியமான எவிடன்ஸ். இந்த நீதிமன்றத்துக்குப் பிறகு ஒருவேளை மேல் முறையீட்டுக்குப் போச்சுன்னா, அங்க நிச்சயமா நான் இந்த எவிடன்ஸை ஃபைல் பண்ணுவேன்... அப்ப அவங்க அதை எடுத்துப்பாங்கன்னு உறுதியா நம்பறேன். இந்த வழக்கு இங்கேயே முடியணும்னு விரும்பறேன்''

''அப்ஜக்ஷன் ஓவர் ரூல். அந்த மனுவை இப்படிக் குடுங்க'' நீதிமன்ற அலுவலர் ஸாங் யே-விடம் தருகிறார்.

"ஓகே... அந்த சிசி டிவி ஃபுட்டேஜைதான் ஏற்கனவே பார்த்தோமே..."

"பார்த்தோம்... ஆனா சரியா நோட் பண்ணலை. அந்த ஃபுட்டேஜை மறுபடி போட்டா என்னால நிரூபிக்க முடியும்..."

சிசிடிவி ஃபுட்டேஜ் மறுபடி அங்கே காண்பிக்கப்படுகிறது.

"அதுல வான் டாங் கையில இருக்கிற கஞ்சா பொட்டலம் ஒண்ணே ஒண்ணுதான். எல்லா பாக்கெட்டுலேயும் ஒரு ஸ்லிப் ஒட்டி இருக்கு. பர்ட்டிக்குலரா அவர் கையில வச்சிருக்கற அந்த பாக்கெட்டுல ஒரு ரெட்மார்க் பண்ணி இருக்கறதைப் பாருங்க... நல்லா ஸூம் பண்ணுங்க..."

"ஆமா தெரியுதே அவர் கஞ்சா கையில வச்சிருந்ததுக்கு இதை விட பெருசா என்ன ஆதாரம் வேணும்?"

"ஆனா போலீஸ் பிடிச்சப்ப இந்த ஒரு பாக்கெட்தான் அவர் கையில இருந்திருக்கு. மத்த பாக்கெட் எல்லாம் அவரோட ஆஃபீஸ் கார் பார்க்கிங்ல எடுத்திருக்காங்க."

"ஓகே."

"அவர் கையில வச்சிருக்கிற ரெட் மார்க் பொட்டலம் நானூற்றி முப்பது கிராம் அப்படின்னு அதுல எடை போட்டிருக்கு. லேப்ல அதை உறுதியும் பண்ணியாச்சு. நம்ம நாட்டுச் சட்டப்படி 500 கிராமுக்கு மேல உள்ள கஞ்சாவை கையில் வச்சிருந்தா மட்டும்தான் மரண தண்டனை விதிக்கலாம்னு தெளிவா இருக்கு. மற்ற பாக்கெட் எல்லாம் 500 கிராமுக்கு மேலதான் இருக்கு. ஆனா அவை எதுவும் அவர் கையில இல்லை. ரெட் மார்க் போட்ட அந்த ஒரு பாக்கெட் மட்டும்தான் போலீஸ் பிடிக்கிறப்ப இருந்தது. அப்படின்னா அவருக்கு மரண தண்டனை வழங்குவதற்கான எந்த முகாந்திரமும் இந்த வழக்கில் இல்லை."

"போலீஸ் ஆஃபீஸர் ஆர் யூ அக்ரீட்?"

"எஸ் சார்" தயங்கியபடி சொன்னார்.

"தேங்க்யூ ஆஃபீசர். ஆகையினால இந்த எவிடன்ஸ் மிக முக்கியமானது. இதுக்கு முன்னால அந்த ரெட் மார்க்கை கவனிக்கலை. அதுக்காக இந்த நீதிமன்றத்தில் மன்னிப்பு கேட்டுக்கொள்கிறேன். உலக மன்னிப்பு சபை, மனித உரிமை அமைப்புகள், ஆஸ்திரேலிய அரசாங்கம் இப்படி எல்லோரும் அவருக்கு மரண தண்டனை வழங்க வேண்டாம் என்று

கோரிக்கை வைக்கிறார்கள். இந்தத் தருணத்தில் நாம் யோசித்து தீர்க்கமாக ஆராய்ந்து தீர்ப்பு வழங்க வேண்டும் என்று தாழ்மையுடன் கேட்டுக்கொள்கிறேன்" என்று அமர்ந்தார்.

"இந்த எவிடன்ஸை கோர்ட் ஏற்றுக்கொள்கிறது. உரிய கம்ப்யூட்டர் நிபுணர்களிடம் இந்த ஃபுட்டேஜை அனுப்பி ஒரு முறை சரிபார்த்து அதனோட உண்மைத்தன்மை பற்றிய ரிப்போர்ட்டை எனக்கு வருகிற 27 ஆம் தேதிக்குள்ள சப்மிட் செய்ய வேண்டும் என்று உத்தரவிடுகிறேன். இந்த வழக்கின் தீர்ப்பு வருகிற 30 ஆம் தேதியன்று வழங்கப்படும். அடுத்த வழக்கு...." லிம் யுன் –னின் வழக்கறிஞர் நாதன் எழுந்து தனது இறுதித் தரப்பு வாதத்தை முன்வைத்தார்.

"யுவர் ஹானர்... குற்றம் சாட்டப்பட்ட லிம் யுன் மனநிலை தெளிவு அற்றவர் என்பது என் வாதம்."

"ஐ அப்ஜெக்ட் யுவர் ஹானர். மருத்துவப் பரிசோதனையில் அவருக்கு மனநிலை ஸ்திரமாக, ஆரோக்கியமாக உள்ளது என்று தெளிவாகக் குறிப்பிடப்பட்டுள்ளது" என்று அரசுத் தரப்பு வழக்கறிஞர் அதனை மறுத்தார்.

"அப்ஜக்ஷன் சஸ்டெயிண்ட்."

"லிம் யு இதய நோயாளி. அவரால் பிரம்படி மாதிரியான தண்டனைகளைத் தாங்குவதற்கான உடல் வலு இல்லை. ஆரோக்கியமானவரும் இல்லை."

"அதற்கான மெடிக்கல் சர்ட்டிஃபிகேட் ஏதாவது சப்மிட் பண்ணி இருக்கீங்களா?"

"இல்லை... யுவர் ஹானர். கோர்ட் உத்தரவிட்டால் அவருக்கு மறுபடி மருத்துவப் பரிசோதனை செய்யலாம்."

"ஐ அப்ஜெக்ட் யுவர் ஹானர், இது வழக்கை விரைந்து முடிக்காமல் இழுத்தடிக்கும் முயற்சி. இதை நீதிமன்றம் அனுமதிக்கக் கூடாது."

"அப்ஜக்ஷன் சஸ்டெயிண்ட்."

"போன முறை வழக்கு விசாரணைக்கு வந்த பொழுது லிம் யுன் நீதிமன்ற வளாகத்திலேயே மயங்கி விழுந்துவிட்டார். அவர் மிக பலகீனமாக இருக்கிறார். அவருக்கு பிரம்படி தண்டனையிலிருந்து விலக்கு பெறுவதற்கு அபராதத் தொகை கட்டுவதற்கு அனுமதிக்க வேண்டும் முன்கூட்டியே அந்தத்தொகை எவ்வளவு என்று அறிவிக்க

வேண்டும். அதற்கு சட்டத்தில் இடமிருக்கிறது. லிம் யுன்-னுக்கு தற்பொழுது எந்த வருமானமும் இல்லை. அவர் கடன் பெற்றுதான் தொகையைக் கட்டவேண்டும் அதற்கான அவகாசத்தை நீதிமன்றம் அவருக்கு கருணையுடன் அறிவிக்கவேண்டும்."

"இந்த வழக்கின் தீர்ப்பு நாளைக்கே அறிவிக்கப்படும். நவ் தி கோர்ட் இஸ் அட்ஜர்ண்ட்" என்று நீதியரசர் ஸாங் யே தனது இருக்கையில் இருந்து எழுந்தார்.

பிரிட்டன் தூதரக அலுவலகம். தூதரக அலுவலக அதிகாரி வில்லியம்ஸ் தனக்கு முன்னே அமர்ந்திருந்த தியோடரிடம், லிம் யுன் வழக்கின் தீர்ப்பு நகலை காண்பித்தார்.

"லிம் யுன்னிற்கு ஐந்து லட்சம் சிங்கப்பூர் டாலர் அபராதம் என்று தீர்ப்பு அளித்து இருக்கிறார்கள். அதைக் கட்டுவதற்கு அவருக்கு பதினைந்து நாட்கள் அவகாசம் தந்திருக்கிறார்கள். அவர் உரிய நேரத்துக்குள் அபராதத் தொகையைக் கட்டவில்லை என்றால் வழக்கு மறுபடி மறுஆய்வு குழுவுக்குச் செல்லும்; அங்கு பிரம்படி நிச்சயம். துரதிர்ஷ்டவசமாக மறு ஆய்வுக்குழுவின் தலைவர் தற்காலிக விடுப்பில் உள்ளதால். ஸாங் யேதான் அதற்கும் தலைவர். ஆகவே அவர்தான் கையொப்பமிட வேண்டும்."

"நான் ரிச்சர்ட்டிடம் பேச விரும்புகிறேன்" என்று கேட்டார் தியோடர்.

"தாராளமாக..."

ரிச்சர்ட்டைத் தொடர்புகொண்டார் தியோடர். வாட்ஸப் வழியாக நேரலையாக வந்தார் ரிச்சர்ட்.

"ரிச்சர்ட் இன்னும் வான் டாங் வழக்கின் தீர்ப்பு வழங்கப்படவில்லை. 30-ஆம் தேதிக்கு ஒத்திவைத்துள்ளார்கள். நான் உண்ணாவிரதத்தைக் கைவிடவில்லை. தூதரக அலுவலகத்தில் தொடர்ந்து உண்ணாவிரதம் இருக்கிறேன்."

"ஐயாம் சாரி தியோடர்."

"நான்தான் சாரி சொல்ல வேண்டும் ரிச்சர்ட்... அது என்னுடைய யோசனைதான்."

"லிம் யுன் வழக்கு என்னாயிற்று?"

"அவருடைய வழக்கில் தீர்ப்பு சொல்லிவிட்டார்கள். அவர் 15

நாட்களுக்குள் ஐந்து லட்சம் சிங்கப்பூர் டாலர் அபராதம் கட்ட வேண்டும். கட்டவில்லை என்றால் பிரம்படி நிச்சயம்.''

''எத்தனை பிரம்படி?''

''ஆறிலிருந்து பதினைந்து வரை இருக்கலாம். நான்கு பிரம்படிகள் விழுவதற்குள் மூர்ச்சையானவர்கள் இருக்கிறார்கள் தண்டனையை நிறுத்த மாட்டார்கள். தெளியவைத்து மறுபடி அடிப்பார்கள். வாழ்நாள் முழுக்க மலம் கழிப்பதும் நிமிர்ந்து படுப்பதும் கூட நரகமாகிவிடும். சேதப்படுத்தப்பட்ட சொத்தின் மதிப்பு அதிகம். அவர் அறிவு வளர்ச்சி அற்றவர். ஆனால் அதை மருத்துவ ரீதியாக நிரூபிக்க முடியவில்லை. அவருடைய மனச்சிக்கல்கள் நிலையற்றதாக இருக்கின்றன. சில நேரம் அமைதியாக இருக்கிறார். சில நேரம் மூர்க்கமாக இருக்கிறார். எப்படி இருந்தாலும் அவர் ஒருவகையில் இன்னசன்ட்''

''பிரிட்டன் பவுண்ட்டில் அபராதத் தொகை எவ்வளவு?''

''கிட்டத்தட்ட மூன்று லட்சம் பவுண்ட்.''

''ஓ மை காட்... கடிதத்தையும் பென்சிலையும் ஏலம் விட்ட ஏலக்கம்பெனிகள் நமக்குத் தந்தது கமிஷன் போக இரண்டு லட்சத்து இருபதாயிரம் பவுண்ட்தான்.''

''என்ன செய்யலாம்.''

''அவருக்கு சோர்ஸ் இருக்கா?''

''இல்லை அவருடைய வழக்கறிஞரிடம் பேசினேன்... அவரால் தற்சமயம் பத்தாயிரம் பவுண்ட் அளவுதான் சேகரிக்க முடியுமாம். அதற்கு மேல் அவரிடமும் பணம் இல்லை அவருக்கு உதவவும் ஆள் இல்லை. பணம் கட்டவில்லை என்றால் பிரம்படி தண்டனையை எந்த சக்தியாலும் தடுக்க முடியாது.''

''சரி நான் எப்படியாவது அந்தத் தொகையை கலெக்ட் செய்கிறேன். என்னோட பிராப்பர்ட்டி வெஸ்ட் மிட்லேண்ட்டில் கொஞ்சம் இருக்கு கடனை அடைக்க அதை வித்திடலாம்னு இருக்கேன் இம்மீடியட்டா பிராசஸ் பண்றேன் நல்ல விலைக்குப் போகும். காந்தியின் பொருட்களை ஏலம் விட்ட தொகை நமக்கு வேண்டாம் அதைக் கொடுத்திடலாம். மேற்கொண்டு தேவைப்படும் தொகையையும் தந்திடலாம். நீங்க ஹங்கர் ஸ்ட்ரைக்கை வித்ட்ரா பண்ணிக்கங்க.''

''நோ ரிச்சர்ட்... 30-ஆம் தேதி வரைக்கும் நான் கண்டினியூ

பண்ணலாம்னு இருக்கேன். இன்னும் பத்து நாள்தான் இருக்கு. இப்ப வித்ட்ரா பண்ணினா ஜட்ஜ்மெண்ட் மாறிட்டா கஷ்டமாயிடும்."

"சிங்கப்பூர் சட்டப்படி வாங் டானுக்கு நிச்சயம் மரண தண்டனை இருக்காது மிஸ்டர் தியோடர். அவர் கையில இருந்தது பிலோ 500 கிராம்னுதான் ப்ரூவ் ஆகி இருக்கு. அதனால நீங்க தைரியமா வித்ட்ரா பண்ணலாம்" என்றார் வில்லியம்ஸ்.

"இல்லை சார் காந்தியோட இயல்பு முடிவு கைக்கு வருகிறவரை அவர் உண்ணாவிரதத்தை வித்ட்ரா பண்ணமாட்டார். அதுல உறுதியா இருப்பார் நானும் அப்படி இருக்கறதுதான் அவருக்குச் செய்யக்கூடிய மரியாதையாக இருக்கும். இல்லைன்னா இந்தியர்கள் எங்களை மன்னிக்கமாட்டார்கள்..."

"ஆக்சுவலா அவரைக் கொன்றவர்களே இந்தியர்கள்தான். அப்படி ஒன்றும் வருந்துகிற மனநிலையில் இன்று இந்தியர்கள் இல்லை."

"ஆனால் பிரிட்டன் மக்கள் அவரை, அவரது கொள்கைகளை இப்பொழுது உணர்கிறோம்... வெகுவாக மதிக்கிறோம். அந்த பென்சிலால் ஒரு மனிதனை வதைக்கும் எந்த ஆணையிலும் கையொப்பமிடக் கூடாது."

"கிட்டத்தட்ட சட்டமே உங்கள் கோரிக்கைக்கு சாதகமாகத் தீர்ப்பு எழுதப்போகிறது உங்கள் உண்ணாவிரதம் அர்த்தமற்றதாக இருக்கிறதே."

"உண்ணாவிரதம் தண்டனையைக் குறைப்பதற்காக இல்லை மிஸ்டர் வில்லியம்ஸ். அது ஒரு வகையில் மன்னிப்புக் கோரல். எந்த ஒரு மாமனிதனின் பொருட்களாக இருந்தாலும் அவை வியாபாரப் பொருட்கள் இல்லை. அவற்றுக்குப் பின்னே ஒரு மகத்தான சரித்திரம் இருக்கிறது அது உண்மையின் கண்களுக்குத் தெரியும்."

"ஓகே தியோடர் நான் பணத்துக்கு ஏற்பாடு செய்கிறேன். அந்த வழக்கு மறு ஆய்வு விசாரணைக்குப் போகக்கூடாது. நீங்க உண்ணாவிரதம் இருக்கும் வரைக்கும் நானும் உண்ணாவிரதம் இருக்க முடிவு செய்திருக்கிறேன்' என்றார் ரிச்சர்ட் உறுதியாக.

"ரிச்சர்ட்... ரிச்சர்ட்" தியோடர் கூப்பிட்டுக்கொண்டிருக்கும் போதே இணைப்பைத் துண்டித்தார் ரிச்சர்ட்.

பணி ஓய்வுநாள் விழா முடித்துக் களைத்த உடலுடன் அமர்ந்திருந்தார் ஸாங் யே. ஆதித்தன் அவருக்கு வந்திருந்த பரிசுப் பொருட்களை

ஆர்வத்துடன் பிரித்துப் பார்த்துக் கொண்டிருந்தார்.

“உங்களுடைய இண்ட்ரஸ்ட் புரிந்து பலரும் ஆண்டிக் மெட்டீரியல்களை பரிசாகத் தந்துள்ளனர். எல்லாமே பிரமாதமா இருக்கு.”

“அவை அத்தனையும் ஒரிஜினல் இல்லை ஆதித்தன். எல்லாமே இன்றைய தொழில்நுட்பத்தில் செய்யப்பட்டவை. லிட்டில் இந்தியா மார்க்கெட் தெக்காவில் கிடைக்கிறது என்னுடைய மியூசியத்தில் இவற்றுக்கு இடம் இல்லை என்றாலும் என் அலமாரியில் வைத்திருப்பேன்” கொட்டாவி விட்டபடி சொன்னார் ஸாங் யே.

“தியோடரும் ரிச்சர்ட்டும் தங்கள் உண்ணாவிரதத்தை முடித்துக் கொண்டதாக அறிவித்துவிட்டார்கள்.”

“திரைப்படங்களில் கடைசி நேரத் திருப்பம் என்று சொல்வார்களே அப்படியாக இரண்டு வழக்குகளும் முடிந்துவிட்டன.”

“அவர்களின் அறப்போராட்டம் ஒருவகையில் உங்களை அசைத்துவிட்டது.”

“அது மறைமுகமான காரணமாக இருக்கலாம். ஆனால் சிங்கப்பூர் குற்றவியல் சட்டப்படி இரண்டுமே சரியான தீர்ப்புகள்தான். வான் டாங் கையில் ஐநூறு கிராமுக்கும் கீழே கஞ்சா பிடிபட்டதற்கு மட்டும்தான் நிரூபணம் இருக்கிறது. ஆகவே அவருக்கு மரண தண்டனை விதிக்க முடியாது. ஐந்து லட்சம் டாலர் தொகையை ரிச்சர்ட் கட்டிவிட்டார். அதனால் லிம் யுன் பிரம்படியிலிருந்து தப்பிவிட்டார். இல்லையென்றால் அவருடைய புட்டம் பிய்ந்து பாதி சதை கழன்றிருக்கும். ரிச்சர்ட்டும் தியோடரும் ஒரு வகையில் என்னையும் தப்பிக்க வைத்தார்கள் என்றுதான் இப்பொழுது நினைக்கிறேன். ஒருவேளை மாறான தீர்ப்பில் கையொப்பமிட்டிருந்தால் என்றைக்காவது ஒருநாள் என்னை உறுத்தியிருக்கலாம். ஓய்வு பெறும்போது மனம் லேசாகத்தான் இருக்கிறது. யாருக்காகவோ யாரோ உண்ணாவிரதம் இருக்கிறார்கள். யாரோ பணம் செலுத்துகிறார்கள். இந்த அதிசயங்கள் இந்த உலகத்தில்தான் நடக்கிறதா என்று யோசித்துப் பார்த்தால் ஆச்சர்யமாகத்தான் இருக்கிறது. காந்தி ஒரு அதிசயப்பிறவிதான்!”

“அந்த பென்சிலை இன்னொரு முறை பார்க்கலாமா, ஸாங் யே?”

“நிச்சயமாக” ஸாங் யே அந்த வெல்வெட் பெட்டியை எடுத்தார். அதிலிருந்த உறையை எடுத்துப் பிரித்தார். உள்ளே அந்த பென்சில் அதன் கடைசிப் பகுதியில் சிக்கி இருந்தது. அதனை வேகமாக

வெளியே இழுத்தார். பட்டென்று வெளியே வந்து கீழே விழுந்தது. ஒரு கணம் அதிர்ச்சியில் உறைந்தார் ஸாங் யே. கீழே விழுந்த பென்சிலை விரல் நடுக்கத்துடன் கையில் எடுத்தார். அதன் கூர்மைப் பகுதி சிறிதளவு கூட உடையாமல் அப்படியே இருந்தது.

"வாவ் அமேசிங் அமேசிங்... ஆதித்தன் இதோட ஷார்ப் எப்படி இருக்கு பாருங்க... கொஞ்சம் கூட உடையலே. அந்த மனுஷன் மாதிரியே ஸ்ட்ராங்கா இருக்கு!"

அதனைக் கையில் வாங்கிப் பார்த்தார் ஆதித்தன். ஒரு கணம் எதுவும் பேசாமல் அமைதியாக அதையே பார்த்துக்கொண்டிருந்தார்.

"காந்தியின் கூர்.... பென்சிலில் இல்லை ஸாங் யே... அது அவருடைய கொள்கைகள்லே... உறுதியான நிலைப்பாடுகள்ல இருக்கு. அத்தனை சீக்கிரம் உடையாது ஸாங் யே" என்றபோது, ஆதித்தனின் கண்களில் இருந்து ஒரு துளி நீர் அவரையும் அறியாமல் வழிந்தது.

★★★

நெய்வேலி பாரதிக்குமார்

நெய்வேலி பாரதிக்குமார் என்கிற புனை பெயரில் சிறுகதைகள், கவிதைகள், கட்டுரைகள், நாவல், விமர்சனங்கள் எழுதிவரும் ச.செந்தில்குமார் என்.எல்.சி. இந்தியா நிறுவனம், சுரங்கம் 1A-இல் முதன்மை மேலாளராக (Chief Manager) பணிபுரிகிறார்.

நான்கு சிறுகதைத் தொகுதிகள், மூன்று கவிதைத் தொகுதிகள், ஒரு குறுநாவல், ஏழு கட்டுரை நூல்கள் ஒரு நாடக நூல், எடிசனின் வாழ்க்கை வரலாற்று நூல் உட்பட மொத்தம் 17 புத்தகங்கள் வெளிவந்துள்ளன. அமேசான் கிண்டிலில் மின்நூல் ஒன்று வெளிவந்துள்ளது.

இரண்டு குறும்படங்களை இயக்கியுள்ளார். ஒரு ஆவணப்படத்திற்கு ஒளிப்பதிவு செய்துள்ளார். இவரது விழிப்புணர்வுக் கதைகளை தமிழ்நாடு அரசு சுகாதாரத்துறை விளம்பரப் படமாகத் தயாரித்து வெளியிட்டு இருக்கிறது. இரண்டு திரைப்படங்களுக்கு வசனமும் எழுதியுள்ளார். பொதிகைத் தொலைக்காட்சியில், இவரது சிறுகதை நாடகமாக ஒளிபரப்பானது. புதுவை வானொலியில் மூன்று நாடகங்கள் ஒலிபரப்பாகியுள்ளன. இதுவரை 50க்கும் மேற்பட்ட இலக்கியப் போட்டிகளில் பல்வேறு நிலைகளில் பரிசுகள் பெற்றவர்.

திருவில்லிப்புத்தூர் கலை இலக்கியப் பேரவை சார்பில் சிறந்த எழுத்தாளர் விருது, நெய்வேலி புத்தகக் கண்காட்சி சிறந்த எழுத்தாளர் விருது, சௌமா இலக்கிய விருது 2021, தமிழ்த்தென்றல் இலக்கிய விருது, சேலம் தாரை புள்ளிக்காரர் அறக்கட்டளை சார்பில் இலக்கிய விருது, நெய்வேலி இலக்கியச் சங்கமம் விருது, பவர் சமூக இயக்க விருது, ஸீரோ டிகிரி பதிப்பகத்தார் 2022ஆம் ஆண்டு சிறுகதைப் போட்டியில் சிறந்த சிறுகதைக்கான விருது ஆகிய விருதுகளைப் பெற்றுள்ளார்.

எச்சத்தால் காணப்படும்

ஜனமேஜயன்

வெல் டிரை....

நல்ல முயற்சி

இவ்வளவு வந்ததே பெரும் சாதனை....

நெக்ஸ்ட் டைம் பார்த்துக்கலாம்.

என ஏதேதோ குரல்கள் ஏதேதோ மொழிகளில் கலவையாகக் கேட்டன. ஒவ்வொன்றையும் தனித்து இனம் காண முடியாத அளவுக்கு ஏராளமான குரல்கள். ஆனால் அவற்றில் இருக்கும் அக்கறை, ஏமாற்றம், அன்பு, பரிவு ஆதித்யன் மனதுக்குப் புரிந்தது. ஓசை என்பது எவ்வளவு அழகானது நினைத்தபடி அரங்கை விட்டு வெளியே நடந்தான்.

அவனுக்குத் தனிமை தேவை என்பதை உணர்ந்த பலரும் அவனை விட்டு விலகி இரவு உணவு மேஜை நோக்கிக் கிளம்பினர்.

தனிமை என ஒன்று இருக்கிறதா என்ன.... தனித்து இருக்கும்போதும் ஏதோ ஓசையை உணர்ந்துகொண்டுதானே இருக்கிறோம். கண்களை மூடினால் போதும். ஏதேதோ குரல்கள், உரையாடல்கள், பறவைகள், விலங்குகள் ஓசைகள் என கேட்கின்றன. இவை அனைத்தும் மறைந்தாலும்கூட ஏதோ ஒரு ஓசை கேட்கிறது ஓங்காரமா? ஒலியற்ற ஓசையா...?

ஜென் கூறும் ஒரு கை ஓசை என்பது இதுதானா...? நாக்கு, தட்டுவதற்குப் பொருளோ இல்லாமல் காரணமே இன்றி காரியம் மட்டும் என்பதுதான் ஒரு கை ஓசையா.

இது என்ன பைத்தியக்கார எண்ணம். தோல்வியில் இருந்து தப்பிக்க ஏதேதோ யோசிக்கிறேனா.

எவ்வளவு நம்பிக்கையுடன் இருந்தேன்.

ஆதித்யன் கசப்புடன் சிரித்துக்கொண்டான். பின் மாலைப் பொழுதிலும் இங்கிலாந்துக்கே உரிய பிரத்யேகத் தன்மையுடன் பகல் வெளிச்சம் இருந்தது. ஒளி மங்கும் வேளையிலும் ஒளிக்கீற்று. மோனிக்காவின் நினைவு வந்தது. எப்போதுமே கூடவே இருப்பவள் இந்த முக்கியமான நிகழ்வின்போது அருகில் இல்லை. ஒரு வேளை அவள் அருகில் இல்லாததுதான் நூலிழையில் வெற்றி கை நழுவக்காரணமோ. ஒரு வேளை இதுகுறித்து ஆரம்பத்திலேயே அவளிடம் விவாதித்து இருக்க வேண்டுமோ.... இதெல்லாம் அவளுக்குப் புரியாது என நினைத்து இலக்கியம், ரசனைகள், குடும்பம் ஆரம்பிப்பது, எதிர்காலத் திட்டம் எனப் பேசிய அளவு தொழில் குறித்தும் ஆய்வு குறித்தும் பேசாதது தவறோ. உடனே அவளைப் பார்க்கத் தோன்றியது. அவள் அப்பார்ட்மென்ட் அடிக்கடி செல்லும் இடம்தான்.

★★★

எப்படி இவ்வளவு நம்பிக்கை பேசுற.... இம்ம்முறை தவறுனாலும் அடுத்து ஜெயிக்கும் உறுதியா சொல்ற.... என்ன கான்செப்ட். எனக்குப் புரியற மாதிரி சொல்லு கேட்டாள் மோனிக்கா.

அவளைக் காதலுடன் பார்த்தபடி அதைவிட காதலுடன் சொன்னான் ஆதித்யன்.

எளிமையா சொல்றேன் ஒரு மேப் ஆப் பயன்படுத்துறோம்னு வச்சுக்குயேன்.... அது நமக்கு ஒரு இடத்துக்குப் போக வழி சொல்லுது... நாம் போகும் வழியில் டிராபிக் காரணமா தாமதமாகலாம். வழியில் திடீர்னு ஒரு பள்ளம் தோண்டி அதன் காரணமா அந்த வழியில போக முடியாம யூடர்ன் எடுத்துப் பக்கத்துக்கு சந்துல போகலாம், உண்மையான வழியை விட அந்தப் பக்கத்து சந்துல வேகமாகப் போகும் வாய்ப்பு அமையலாம். இது எல்லாமே அந்த ஆப்ல பதிவு ஆகிடும். அடுத்து இதே இடத்துக்குப் போக வழி தேடுறவங்களுக்கு இந்த தகவல்களை வச்சு, சிறப்பான வழி சொல்லும். அதைப்

பயன்படுத்தி ஸ்கூட்டில பயணிக்கும் ஒரு பொண்ணு தனக்குத் தெரிஞ்ச இன்னொரு நல்ல வழியைப் பயன்படுத்துனா அதையும் பதிவு செஞ்சு வச்சுக்கும். இது அடுத்து பயணிப்பவர்களுக்கு உதவும், இப்படி அது தொடர்ச்சியா பிறரிடம் இருந்து கற்றுக்கொண்டே வருது. அதனால ஒரு ஏரியாவில் பல வருடங்களா இருப்பவனை விட அதிக தகவல் தெரிஞ்சு அவனுக்கே வழிசொல்லுது. காரணம் நாளுக்கு நாள் நடக்கும் மாற்றங்கள்கூட அப்டேட் ஆகுது இல்லையா?"

மோனிகா சொன்னாள் "உண்மைதான் ஆதி.... ஆனால் வெண்பா எழுதுனு சொன்னா அது எழுத முடியலையே?"

"உண்மை காரணம் நிறையப் பேரு வெண்பா எழுத ஆரம்பிச்சு லட்சக்கணக்கான வெண்பாக்கள் விவாதிக்கப்பட்டால் அதுக்கு அந்த பேட்டர்ன் புரிஞ்சுரும்.... அதன் பின் நள வெண்பா மாதிரி அதனால் எழுத முடியும். அதுக்குச் சில ஆண்டுகள் தேவைப்படும்.... அதற்குள் மனிதனின் இலக்கிய அறிவு இன்னும் மேம்படும். அதைத் தொடர அதுவும் முயலும். இது மொத்தத்துல ஆரோக்கியமான விளைவுகளை ஏற்படுத்தும்."

"இண்டரஸ்ட்டிங்.... மனித இனம் இதை இப்பதான் முதல்முறையா பார்க்குது இல்ல?"

"அதுதான் இல்லை.... இந்த ப்ராசஸ் காலம் காலமா நடப்பதுதான். உலகில் உயிரிகள் புதுசு புதுசா உருவாகுது.... மனிதன் எல்லாம் உலகம் தோன்றிப் பல ஆண்டுகள் கழிச்சு உருவானவன்தான்... ஒவ்வொரு உயிரும் குறிப்பிடத்தக்க பாதிப்புகளை உலகில் உருவாக்குது.... அதைச் சமாளிக்க இயற்கை சில எதிர் நடவடிக்கைகள் எடுக்குது. உதாரணமா டைனோசர் போன்றவை தேவை இல்லை என இயற்கை அழிச்சுருச்சு. மனிதன் இயற்கையை ரொம்ப அழிச்சான்னா பெரு நோய்கள், சுனாமி போன்ற பேரிடர்கள் மூலம் மனிதனை இயற்கை எச்சரிக்குது.... இதை மனிதன் புரிஞ்சுக்குறான். புலியை கொல்வது வீரம் என பாடல்கள் புனைந்தவன், புலியைக் கொல்வது அயோக்கியத்தனம் என்ற இடத்தை நோக்கி நகர்கிறான். பொழுதுபோக்குக்காகக் கொல்வது என்றல்ல. மிருகக்காட்சி சாலையில் தடுப்புகளை மீறி சிங்கம் பக்கத்தில் நின்று செல்ஃபி எடுக்கும்போது சிங்கத்தால் தாக்கப்படும் மனிதனைக் காப்பாற்றக்கூட சிங்கத்தைச் சுட்டுக் கொல்ல முடியாது. இப்படி ஒரு மாற்றம் நடப்பதற்குக் காரணம் இயற்கையுடனான உரையாடல்."

“அதாவது இன்றைய செயற்கை அறிவு தொழில் நுட்பம் எப்படி மனிதனுடன் தொடர்ந்து உரையாடி அவனிடம் இருந்து கற்று ஒட்டுமொத்த ஞானத்தை அனைவருக்கும் பயன்படச் செய்யுதோ அதே மாதிரி இயற்கை அறிவும் மனிதனோட உரையாடி அவனை மேம்படுத்துதுனு சொல்றீங்க.... இல்லையா?”

பேசிக்கொண்டே பாத்ரூம் குழாயில் இருந்து தண்ணீர் எடுத்து வந்தாள் அவள். அதைக் குடித்தபடி பேசினான் ஆதி.

“ இங்கே இப்படி எந்தத் தண்ணீரையும் குடிப்பதுபோல இந்தியாவில் குடிக்க முடியாது. முப்பது ஆண்டுகளுக்கு முன்புகூட எந்தத் தண்ணீரையும் குடிக்க முடிந்தது. தற்போது விலை கொடுத்து வாங்கும் தண்ணீரையே குடிக்க முடிகிறது. இந்தச் சீர்கேட்டை உணர்ந்து விட்டார்கள். ஆனால் இதற்குத் தீர்வு கண்டுபிடிப்பார்களா எனத் தெரியவில்லை.”

மோனிகா சிரித்தாள்

“என்ன திடீரென ஆய்வு மனநிலையில் இருந்து தேச பக்தர் மனநிலைக்குப் போயிட்டீங்க.”

ஆதி மெல்லச் சிரித்தான்.

“இல்லை.... நான் பேசிக்கொண்டு இருப்பதன் தொடர்ச்சிதான் இது. விலங்கு அழிதல், வன அழிப்பு போன்ற சிலவற்றில் இப்போதைய மனுஷி விழித்துக்கொண்டு, மேற்கொண்டு அழிதலைத் தடுக்க முயல்கிறாள் அல்லவா.... ஆனால் சிலவற்றை மனித இனத்தால் மீட்கவே முடியாது. ரசாயனக் கழிவுகளால் அழிந்து போன நுண் உயிர்கள், கட்டடங்கள் கட்டுவதற்காக அழிக்கப்பட்ட நீர் நிலைகள் போன்றவற்றை நம்மால் மீட்டு எடுக்கவே முடியாது. இந்த அடிப்படையில்தான் என் கேள்வி. பலரும் அச்சப்பட வைக்கும் கேள்வி.”

“என்ன சொல்றீங்க” சற்று கலக்கமான குரலில் மோனிகா கேட்டாள்.

“செயற்கை நுண்ணறிவு இப்போதைக்கு நமக்கு நன்மை செய்வது உண்மை. ஆனால் நீண்ட கால நோக்கில் என்ன ஆகும் என்பது தெரியவில்லை. உதாரணமாக இப்போதைக்கு நாம் முழுமையாக மேப் ஆப்களை நம்புவதில்லை. அது தவறான வழி சொன்னாலும் நம்முடைய பொது அறிவை பயன்படுத்துவது, யாரிடமாவது வழி

கேட்பது என அது சொல்வதை மீறவும் செய்வோம். அதற்குக் காரணம் நமக்கும் ஓரளவு வழி தெரியும். இன்னொன்று, அது சொல்லும் வழியில் தவறுகள் இருக்கவும் வாய்ப்பு உண்டு. ஆனா அடுத்த தலைமுறையில் இது மாறிவிடும். அது சொல்லும் வழியில் கொஞ்சமும் தவறு இருக்காது. அடுத்த தலைமுறையினருக்குச் சொந்தமாக வழியை நினைவு வைத்திருக்கும் ஆற்றல் குறைந்துவிடும். எனவே முழுக்க முழுக்க ஆப்களை நம்ப ஆரம்பிப்பார்கள். ஒருவிததில் அது நல்லதுதான். நமக்குத் தெரிந்த வழியில் செல்லும்போது கூட திடீரென ஊர்வலம், சாலைப்பணிகள் என தாமதம் ஏற்படக்கூடும். ஆனால் அது ஊர்வலம் என்றால் அது இன்ன நேரத்தில் இந்தச் சாலையை அடையும் என்பதுகூட அதற்குத் தெரிந்துவிடும். எனவே முன்கூட்டியே வேறு பாதையை நமக்குக் காட்டும். எனவே விரைவாகவும் பாதுகாப்பாகவும் நம் பயணம் இருக்கும்.''

``இது நல்லதுதானே... இதுல என்ன உங்க பயம்?''

``இப்படி முழுக்க முழுக்கச் செயற்கை அறிவு கைகளுக்குள் நாம போய்ட்டோம்னு வச்சுக்கயேன்.... நமக்கு எது நல்லது அப்படிங்கறதையும் சேர்த்து யோசிச்சு முடிவு பண்ற திறன் அதுக்கு வந்துரும். உதாரணமா நீ ஜப்பான் போக டிக்கட் முன்பதிவு செய்ய நினைச்சா, நீ போய்ச் சேரும்போது அங்கே பெரிய நிலநடுக்கம் ஏற்படும்ங்கறது கணிச்சு, உனக்கு டிக்கெட் கிடைக்காம பண்ணிடும்.''

``வாவ். ரொம்ப அழகா இருக்கே.... இதெல்லாம் நல்லதுதானே?''

``நல்லது கெட்டதுங்கறது பார்வைகளைப் பொறுத்தது இல்லையா.... உதாரணமா, பூனை நல்ல மிருகமா கொடுமையான மிருகமா என்பது நீ பூனைக்குட்டியா, எலியா என்பதைப் பொறுத்தது இல்லையா... ஜப்பான் மீதான அணுகுண்டு தீமையா அல்லது உலகப்போரை நிறுத்திய நன்மையா என எப்படித் தீர்ப்பு சொல்ல முடியும்.... அந்தச் சூழலில் கொத்துக் கொத்தாக மனிதர்கள் சாவதே நல்லது.... பொண்ணு கொடுக்கலைனு போரிடுவது, சரியா மதிக்கலைனு படை எடுத்தல் போன்றவை ஒரு அணு குண்டு வீச்சால் நின்றுவிடும் என இயற்கை அறிவு நினைச்சு அணு ஆயுதம் என்பதை மனிதன் மனதில் விதைச்சு இருக்கலாம்.

அதே மாதிரி செயற்கை அறிவும் யோசிச்சா அதன் விளைவுகள் எப்படி இருக்கும். கல்லூரி மாணவர்கள் சிலர் சுற்றுலா போறாங்க.... அவனுங்க இருந்தா தகுதியான சிலரின் வேலைகளைப் பறிப்பாங்க....

அதனால் இவர்களை அழிக்கலாம்னு செயற்கை அறிவு நினைச்சு, விபத்து ஏற்படப்போகும் சாலையில் போகும்படி செஞ்சு அவர்களைக் கொல்ல முடியும். மக்கள் தொகை குறைவது மனித குலத்துக்கு நல்லது என நினைத்து விமான விபத்துகளை ஏற்படுத்த முடியும். புரிதலுக்காக போக்குவரத்தைச் சொல்றேன். மருத்துவம் ராணுவம் கட்டடவியல் போன்ற பலவற்றில் மனிதனைக் கூட்டமாகச் சொல்ல முடியும். அல்லது அழிவுக்கான வித்துகளை ரகசியமா விதைக்க முடியும். இது மனிதகுல நன்மைக்காக என்பதை மறந்துவிடக்கூடாது."

என்ன சொல்வது என தெரியாமல் பார்த்துக் கொண்டு இருந்தாள் மோனிகா.

"இதைவிட அதிர்ச்சியான ஒன்று என்னவென்றால், இயற்கை அறிவே இப்படித்தான் செயல்பட்டுக்கொண்டு இருக்கோ.... மனிதனை வைத்தே சில அழிவுகளை ஏற்படுத்தி மனித குல நன்மைக்குப் பாடுபடுதோ.... தொழில் நுட்பங்கள், செயற்கை அறிவு எல்லாம், இயற்கையின் இந்த பிரமாண்டமான திட்டத்தின் ஒரு பகுதிதானோ."

மோனிகா அவனை தீர்க்கமாகப் பார்த்தபடி கேட்டாள்.

"மனிதனின் தோற்றமே பிரபஞ்ச தோற்றத்துக்குப்பிறகு பல லட்சம் ஆண்டுகளுக்குப்பிறகு நடந்த ஒன்றுதான்... தோன்றி மறையும் எண்ணற்ற உயிர்களில் மனித குலத்தை மட்டும் காப்பதற்கு இயற்கை இவ்வளவு மெனக்கெடுதுனு எப்படி யூகிக்கிறீங்க...." என்றாள்.

அவள் அருகே சென்று மென்மையாக முத்தமிட்டான் ஆதி.

"சூப்பர்... உன்னிடம் இவ்வளவு நேரம் பேசுனது வீண் போகல.... சரியான ஆளை லவ் பண்றது மாதிரி சரியான ஆளிடம் பேசுவதும் முக்கியம்.... நீ ரெண்டுக்குமே சரியான ஆளு. நீ கேட்ட அதே கேள்விதான் என் கேள்வியும். நாம நம்ம கோணத்தில் இருந்து பார்ப்பதால், பெரு வெடிப்பு உயிர்கள் தோற்றம் நியாண்டர்தால் மனிதன் அழிவு, அணு ஆயுதப்போர்கள், கலைகள் வளர்ச்சி, அறிவியல் கண்டுபிடிப்புகள் என அனைத்துமே நம்ம நல்லதுக்காக நடப்பதா நினைச்சுக்குறோம். ஆனால், வேற சாத்தியங்களும் இருக்கு.

சில வேலைகளை மனித மூலம் நடத்திக்கிட்டு அவனை முழுமையாக அழிப்பதும்கூட இயற்கையின் திட்டமா இருக்கலாம். கோடிக்கணக்கில் மனித இனம் உலகம் முழுதும் பரவி மொத்தமாக இறந்தால், பூமிக்கு எவ்வளவு உரம் கிடைக்கும், எத்தனை தாவரங்கள் செழிக்கும்.

இறைச்சிக்காக நாம் கோழி ஆடுகளை வளர்ப்பது போல, நம்மை பலி கொடுக்கத்தான் இயற்கை நம்மை வளர்க்குதா.... அல்லது இயற்கையுடன் தொடர் உரையாடலில் இருக்கும் மனித அறிவு, தன்னை இயற்கை அறிவுக்கு நிகராக மேம்படுத்திக்கொள்ளுமா? அதாவது மனித இனமும் இயற்கையும் உரையாடலில் இருக்கா? இதுவே ஒரு மாயத்தோற்றமா... இப்படி எதுவுமே இல்லை எல்லாமே தற்செயல் நிகழ்வுதான் அப்படீங்கற பார்வையைப் பலர் மறுத்து இருக்காங்க... கடவுள் எந்த இலக்கும் இல்லாம சும்மா பகடைக்காய்களை உருட்டல... இயற்கைக்குச் சில கணக்குகள் தர்க்கங்கள் உண்டுனு விஞ்ஞானிகள் சொல்றாங்க.

அதாவது செயற்கை அறிவு எப்படி தன்னை மனித அறிவுக்கு நிகராக மேம்படுத்திக்கொள்கிறதோ.... அதே மாதிரி இயற்கை அறிவு மனிதனைச் சிந்திக்க வச்சு நல்லது தீமைகளைப் பண்ண வச்சு அதுக்கு ஏற்ற மாதிரி தன்னை மேம்படுத்திக்குது... அல்லது மனிதன் தனது செயல்களுக்கு இயற்கை ஆற்றும் எதிர்வினைகளை வச்சுத் தன்னை மேம்படுத்திக்கிறான்.... இப்படிச் சொல்லலாம் இல்லையா?"

"ஆமா... செயற்கை அறிவு மனித அறிவு இயற்கை அறிவு... இந்த முக்கோணத்தை வைத்து ஒரு ப்ராஜக்ட் உருவாக்கினேன்.... அது மட்டும் ஏற்கப்பட்டால் உலகமே முற்றிலும் மாறிவிடும். கற்பனைக்கு எட்டாத தொகை பேசப்பட்டு இருந்தது... ஒப்பந்தம் கை எழுத்து ஆக இருந்தது... அதனால்தான் பிரம்மாண்ட வெற்றி விழாவுக்கு ஏற்பாடு செய்து இருந்தேன்.... விழா முடிந்த கையோடு இந்தியா சென்று என் பெற்றோர்களைப் பார்த்து உன்னை அறிமுகம் செய்து விட்டு திருமணம், தனித்தீவில் நமக்கு என ஒரு கிராமம் அமைத்து வாழ்க்கை என நினைத்து வைத்திருந்தேன். ஆனால் கடைசி நேரத்தில் எனது செயல்திட்டத்தில் ஏதோ பிழை. திருப்தி இல்லை எனச் சொல்லி விட்டார்கள். ஒப்பந்தம் முறிந்துவிட்டது."

"இட்ஸ் ஓகே ஆதி... மீண்டும் முயலுங்க.... கண்டிப்பா க்ளிக் ஆகும்."

"எனக்கே பூரண திருப்தி இல்லைதான். ஒரு புக் படிக்கும்போதோ ஒரு கதை எழுதும்போதோ ஆரம்பத்துல மனசு அலை பாயும். போக போக ஏதோ ஒரு கணத்துல நான் என்பது அழிந்து முழுக்க முழுக்க வாசிப்பாகவோ எழுத்தாகவோ மாறிடுவோம். அந்த கணம் இதுல எனக்கு வரவே இல்லை.... நான் அழிந்த சூழலில் மன அமைதியில எனக்குள்ள ஏதோ ஒரு குரல் கேட்கும். பரீட்சைக்கு

படிக்கும்போது எழுதும்போது இன்டர்வியூ ஹாலில் நுழையும்போது, வெளிநாட்டுக்குக் கிளம்பும்போது என வாழ்க்கையின் முக்கியமான கட்டங்களில் இந்தக் குரல் என்னை வழிநடத்தி இருக்கு. அவ்வளவு ஏன்... நாம முதல் முறை சந்திச்சோமே.... அப்பக்கூட அந்தக் குரல் கேட்டுச்சு... ஆனா, என்னவோ தெரியல... கொஞ்ச நாளா அது கேட்கல.... சரி விடு... மீண்டும் முயல்வோம்..."

"அது என்ன குரல்... எப்படி இருக்கும்... கொஞ்சம் சொல்லிக்காட்டுங்களேன்."

தொண்டைய செருமிக்கொண்டான் ஆதி.

"க்ர்.... ஜக்..." ஏதோ சொல்ல முயன்றான்...

"முடியலப்பா... மனசுல கேட்ட ஓசையை வாய்ல கொண்டு வர முடியல... இனி எப்பவாச்சும் கேட்டா அப்ப டிரை பண்றேன்". என்றான்

கொஞ்ச நேரம் அமைதி நிலவியது.

ஜன்னல் வழியே மரங்களையும் வானத்தையும் பார்த்துக்கொண்டு இருந்தான்.... அவள் அவனையே பார்த்துக்கொண்டு இருந்தாள்.

"உங்க திட்டங்கள் எல்லாம் குலைஞ்சி போய்ருச்சுல. பாவமா இருக்குப்பா."

"ஒரு பாவமும் இல்லை... திட்டமிட்டபடி இந்தியா போறோம்.... வீட்ல எல்லோரிடமும் பேசுறோம்.... அதன் பிறகு திரும்பி வந்து என் ஆய்வைத் தொடர்வோம். ஓகே?" என்றான்.

அவள் மெல்லச் சிரித்தாள்

★★★

"என்னம்மா... எங்க ஊரு வெயில் எப்படி" என்றார் பலராமன். ஆதியின் கடினமான வடிவம் போல இருந்தார். இறுக்கமாக மூடப்பட்ட உதடுகள் அவரை மேலும் கடுமையாகக் காட்டின.

பெரிய வாசல் வழியே இதமான காற்று தாயின் கரம் என அனைவரையும் தழுவிச்சென்று கொண்டு இருந்தது. கோடையின் உச்ச வெயில் கட்டட அமைப்பால் இதமான கதகதப்பு என மாற்றம் அடைந்து ஒரு மனித இருப்பு எனக் கூடத்தில் அமர்ந்து இருந்தது.

“மாமா.... நான் சின்ன வயசுலயே இங்கிலாந்து போய்ட்டேன். அதனால் இந்தியச் சூழலோ தமிழக வாழ்வோ தெரியாது.... வெயில் தாக்குப்பிடிக்க முடியாதுனு கேள்விப்பட்டு பயந்தபடிதான் வந்தேன்.... ஆனால் நல்லா இதமாத்தான் இருக்கு மாமா” என்றாள் மோனிகா

“மாமா வா. ஹாஹா அதெல்லாம் சரியா சொல்லிக்கொடுத்துட்டான் போலயே” சிரித்தார் பலராமன்.

“வெயில் மழை பனி காற்று என அந்தந்த சீசன்ல எல்லாமே தேவைமா. இந்த வீடு பாரு... இந்த ஊர்ல கிடைக்கும் கட்டுமானப்பொருட்களை வைத்து இந்த ஊருக்கு ஏற்ற மாதிரி பெரிய பெரிய ஜன்னல்களோடு கட்டப்பட்ட வீடு. ஏசி ஃபேன் என எதுவுமே இல்லாம எப்படி ஜில்னு இருக்கு பாரு.... மரங்களை வெட்டுவோம்.... ஜன்னல்கள் இல்லாம புறாக்கூண்டு மாதிரி அறைகள் அமைப்போம்.... நம்ம ஊருக்குப் பொருத்தம் இல்லாம கண்ணாடிச் சுவர்கள் அமைப்போம், கடைசியில சனியன் பிடிச்ச வெயில்னு சூரியன் மேல பழிய போடுவோம். உண்மையில சூர்யன்தான்மா உயிர்சக்தி... அதைப்போய் திட்டுவது முட்டாள்தனம். விவசாயம் போன்ற பல தொழில்களுக்கு சூரியன் தெய்வம் மாதிரி. இடைவிடாத மழையால், பனியால் பயிர்கள் அழிஞ்ச கஷ்டம் பார்த்தவன் வெயிலை சாமியா கொண்டாடுவான்” என்றார்.

“உங்களுக்கு எப்படி விவசாய ஆர்வம்.... விவசாயப் பரம்பரையா” கேட்டாள் அவள்.

பரம்பரை என்ற வார்த்தையே அவர் முகத்தில் ஒரு கசப்பை வரவழைத்தது மோனிகாவுக்கு ஒரு கணம் சங்கடமாக இருந்தது. “தப்பாக ஏதும் கேட்டு விட்டோமோ.”

ஆனால், அவர் மென் சிரிப்பு சூழலை இணக்கம் ஆக்கியது.

“ஹாஹா இல்லை... என் அப்பா பத்தி பையன் எதுவும் சொல்லலையா?”

“அட போங்கப்பா... எனக்கே உங்கப்பா பத்தி சரியா தெரியாது... இப்பதான் அவரு கோபம் எல்லாம் போயிருச்சே... எங்களை எல்லாம் கூட்டிப்போய் அறிமுகப்படுத்துங்கப்பா” என்றான் ஆதி.

“ஆமா பல வருஷங்கள் பேச்சுவார்த்தை இல்ல. ஆனா... அதை எல்லாம் மறந்து உனக்கு விசா வாங்க ஹெல்ப் பண்ணவரு அவர்தான். நீ இங்கிலாந்து போக நினைச்சபோது விசா கொடுக்க ஏகப்பட்ட

கெடுபிடிகள் இருந்துச்சு.... மினிஸ்டர்களுக்கேகூட விசா கிடைக்கல.... அவரோட பேர வச்சுதான் விசாவே வாங்கினோம்" என்றார் பலராமன்.

" அடேங்கப்பா.... அவ்வளவு பெரிய ஆளா அவரு.... என்ன பிசினஸ் செஞ்சாரு... அல்லது ஏதாவது அரசியல்வாதியா?" ஆர்வமாய் கேட்டாள் மோனிகா.

"அதெல்லாம் இல்லம்மா... சொன்னா சிரிப்ப... அவரு ஒரு குரங்கு மொழியாளர்" சிரித்தபடி சொன்னார்.

"இண்டரஸ்ட்டிங்.... ஆதி.... நீ ஏன் இதைப்பத்தி எல்லாம் சொல்லல..."

"அட போம்மா... எனக்கே இதெல்லாம் தெரியாது... அப்பா சொன்ன வேலையைச் செய்யல... அப்பா சொன்ன பொண்ண கட்டலனு ரெண்டு பேத்துக்கும் பிரச்சனை. காதல் கல்யாணம் பண்ணிட்டு தனக்கு பிடிச்ச விவசாயம் செஞ்சு நல்லா இருக்காரு.... என்னை நல்லா படிக்க வச்சாரு.... அவ்வளவுதான் தெரியும் அம்மா சின்ன வயசுலயே தவறிட்டாங்க... அதனால் தாத்தா பத்திப் பெருசா தெரியாது."

"இன்னொண்ணும்மா.... அவரு ஊர்ல பிரபலமான ஆளு.... அதுல நன்மையும் உண்டு தீமையும் உண்டு... அவரோட அடையாளம் என் மீதோ என் பையன் மீதோ கொஞ்சமும் விழக்கூடாது... அது சுயத்தை அழிச்சிடும்னு நினைச்சேன். அதனால்தான் வலுக்கட்டாயமா விலகிட்டேன்" என்றார்.

அவர் முகத்தின் தீவிரம் சற்றே அச்சமூட்டியது. மரியாதை கலந்த வன்மம் என மோனிக்காவுக்குத் தோன்றியது.

"அம்மா வேலம்மா.... எல்லோருக்கும் மோர் எடுத்துட்டு வா" என்றார் பலராமன். வசதியாக அமர்ந்து கொண்டார். ஏதோ விரிவாகப் பேச ஆயத்தம் ஆவது போல இருந்தது.

"நேத்து வீட்டுக்கு வெளியே பைக் நிறுத்தி இருந்தேன். உள்ளே எடுத்து வைக்க மறந்துட்டேன். ரெண்டு நாய்ங்க பைக் சீட்டைக் கிழிச்சுக் குதறிவிட்ருச்சுங்க. ஆயிர ரூபாய் செலவு" என்றார்.

"ஏன்பா.... சரியா சோறு வைக்கலையா... அடிச்சீங்களா... கேலியாகக் கேட்டான் ஆதி.

"அதெல்லாம் இல்லடா ரோட்ல சுத்துன நாய்க்கு நான்தான் தினமும் மறக்காம பிஸ்கட் வாங்கிப் போடுவேன். ஏனோ தெரியல.... பைக்

சீட் கிழிச்சுருச்சு. சீட் மாத்தப் போனேன். இப்படி சீட் கிழிஞ்ச பைக்குகள் ஏராளம் நின்னுச்சு...'' ஏசி வயரை எலிகள் கடிப்பது கார் பார்ட்களை அணில்கள் கடிப்பது போன்றவை சகஜமா எல்லோரும் அனுபவிப்பதுதான்.

ஆனால் நாகராஜ் குமார் சந்தித்த பிரச்சினை வினோதமானது. அவன் அமைச்சரின் பிள்ளை. அடுத்து அமைச்சர் ஆகக்கூடும் என்ற பேச்சும் இருந்தது. முப்பது வருஷத்துக்கு முன்னாடி நடந்த சமாச்சாரத்தைப் பத்திச் சொல்லிட்டு இருக்கேன் அவன் பள்ளியில் ஒரு முறை சைக்கிளை நிறுத்தி இருந்தபோது ஏதோ ஒரு விலங்கு அவன் சீட்டை குதறி இருந்தது. அறிவுகெட்ட நாய் என திட்டினான். சைக்கிளையே தூக்கி எறிந்துவிட்டு டிவிஎஸ் ஃபிஃப்டி வாங்கித் தந்தார் அவன் அப்பா.

அதன் சீட்டையும் ஏதோ கிழித்துவிட்டது.

வீட்டில்தான் பாதுகாப்பாக பைக்க நிறுத்த முடியும்.... வெளியில் என்ன செய்வது? ஹோட்டலுக்குச் செல்லும்போது ரகசியப் பெண்களைச் சந்திக்கும்போது எல்லாம் அவன் வாகனங்களை ஏதோ விலங்குகள் சேதப்படுத்துவது தொடர்கதை ஆகிவிட்டது.

அவ்வளவு ஏன் கொரியா சென்றிருந்தபோது கூட அங்கே இதே அனுபவம். இதை யாரிடம் போய்ச் சொல்வது எங்கு முறையிடுவது என்று தெரியவில்லை.

அப்படியே சொன்னாலும் இதெல்லாம் எல்லோரும் அனுபவிக்கும் பிரச்சினைதான் என பலரும் பல்வேறு எலி பூனை அணில் கதைகளைச் சொன்னார்கள். எனவே இது உண்மையிலேயே பிரச்சனையா அல்லது தற்செயல் நிகழ்வா என்பதே அவனுக்குப் புரியவில்லை. அப்போதுதான் ஒரு நாள் அவன் தந்தை அமைச்சர் ஆலாலகண்டன் அவனை டெல்லி வரச்சொல்லி இருந்தார்.

“டேய் யாருக்குமே கிடைக்காத வாய்ப்பு.... பிரதமர் உள்துறை அமைச்சர் இருவரையும் ஒண்ணா சந்திக்க அப்பாயிண்ட்மென்ட் வாங்கி இருக்கேன். பார்த்துப் பத்து நிமிஷம் பேசி போட்டோ எடுத்துட்டா உனக்குனு ஒரு அடையாளம் கிடைச்சுடும். செண்டர்ல அல்லது ஸ்டேட்ல ஏதாவது பதவி வாங்கிடலாம்.

அதனால் கண்ட இடத்துக்கும் போகாம பொண்ணுங்களோட அலையாம கெஸ்ட் ஹவுஸ்லயே இரு. லைட்டா வேணா தண்ணிய

போடு... ஓவரா போய்டாதே. தூங்கி எந்திரிச்சு எட்டு மணிக்கெல்லாம் கிளம்பி, 11 மணிக்கு லோக் கல்யாண் மார்க் வந்துரு. எனக்கு கரோல் பாக்ல ஒரு வேலை... முடிச்சுட்டு நேரா வந்துடுறேன். டேய் அழகான வாய்ப்பு. அவளோட போய்ட்டேன்... ஓவர் தண்ணினு ஏதாவது காரணம் சொனனா செருப்பக் கழட்டி அடிப்பேன்" எனச் சொல்லி இருந்தார்.

சொன்னது மட்டும் அல்லாமல் அவனை நம்பாமல் அவனை அழைத்து வர ஒருவனை அமர்த்தி இருந்தார். நாகராஜ் குமார் காலையில் சரியாக எழுந்துவிட்டான். டெல்லி குளிர் கண்ணுக்குத் தெரியாத காதல் போல, மனதில் நுழைந்து வாட்டும் காமம்போல ஊரை சூழ்ந்து இருந்தாலும் குளித்து நடைப்பயிற்சி முடித்துத் தயாராகி விட்டான். டெல்லி தேநீரை அந்தக் குளிரில் குடிக்கும்போது தேநீர் என்ற பெயரில் தமிழகத்தில் குடிக்கும் பானம் அவன் நினைவுக்கு வந்தது.

சார் கிளம்பலாமா அழைத்தான் உதவியாளன் ராஜேஷ்.

இருவரும் ஸ்வெட்டர் குல்லாய் அணிந்து இருந்தாலும் குளிர் போகவில்லை.

காரில் அமர்ந்தனர்.

காரை ஸ்டார்ட் செய்தான் டிரைவர் அஹமது.

கார் ஸ்டார்ட் ஆகவில்லை.

அஹமது என்ன பிரச்சினை பதற்றமாய்க் கேட்டான் நாகராஜ்குமார்.

தெரியல சார் பார்க்குறேன்... எனச் சொல்லிவிட்டு அவசரமாக செக் செய்தான் அஹமது.

"சார்.... வண்டி ரெடியாக லேட் ஆகும் சார்.... எலியோ எதுவோ ஃப்யூயல் லைனை கடிச்சி கட் பண்ணி விட்ருக்கு சனியன்" என்றான் எரிச்சலாக. கெஸ்ட் ஹவுஸ் மரங்களின் மென் தென்றலில் மெலிதாக பெட்ரோல் வாடை அடித்துக்கொண்டு இருந்தது....

"என்ன ஜீ இது எலி புலினு கதை சொல்றீங்க... முக்கியமான மீட்டிங் போகணும். இப்படி கேர்லெஸ்ஸா இருக்கீங்க" கத்தினான் நாகராஜ்.

"சார்... எவ்வளவு கவனமா இருந்தாலும் சில நேரம் இப்படி ஆய்ருது சார்.... விடுங்க சார்.... என் ஃபிரண்ட் காரை வரச் சொல்றேன்..." என்றபடி போன் செய்தான் அஹமது.

அய்யோ அவசரம் தெரியாம என்ன இது பற்களைக் கடித்துக் கொண்டு பொறுமை இன்றி அங்கும் இங்குமாக உலாத்தினான் நாகராஜ்.

கொஞ்ச நேரத்தில் வந்து சேர்ந்த வண்டியில் பாய்ந்து ஏறினார்கள்.

"சீக்கிரம் போங்க சீக்கிரம் சீக்கிரம்... அய்யோ வேகம் போதாது" அனத்திக்கொண்டே இருந்தான் நாகராஜ்.

புயல் போல கார் பறந்தது.

இந்தியாவின் சக்தி வாய்ந்த தலைவர்களைப் பார்க்கப் போகிறார்கள், தலைநகரின் சாலை, அமைச்சரின் மகன் பயணிக்கிறார் என்பவை குறித்த எந்த அக்கறையும் இன்றி ஒரு மாடு ஒன்று தற்செயலாக கார் முன் புகுந்தது. அதன்பின் நடந்தது எதுவும் நாகராஜுக்கு நினைவில்லை

★★★

அப்போது நான் சின்னப் பையன். அப்பா முன் பணிவுடன் நின்றேன்.

"அப்பா யாரோ அமைச்சராம். தன் மகனோட உங்களை பார்க்க வந்து இருக்காங்க" என்றேன்.

அப்பா தியானத்தில் இருந்து மெல்ல கண் விழித்தார். கண்கள் இரண்டும் ஜோதிப்பிழம்பாக ஒளிர்ந்தன. காற்றில் தாடி மெல்ல அசைந்துகொண்டு இருந்தது.

"ம்ம்... வரச் சொல்லு..." மெல்ல சொன்னார். மெல்லிய உறுமல் போல என் காதில் விழுந்தது.

ஆலாலகண்டனும் நாகராஜனும் வந்து அமர்ந்தனர்.

மாடு மோதி கார் நாகராஜ் படுகாயம் அடைந்தது வரை அனைத்தையும் சொல்லி முடித்தார் அமைச்சர்.

"அய்யா - ஆரம்பத்துல இவன் சாதாரண விஷயத்தைப் பெருசு ஆக்குறான்னு நினைச்சேன். ஆனா டில்லி விபத்து என்னை யோசிக்க வச்சுருச்சு... ஏதாவது ஜாதகக் கோளாறா. என்ன பிரச்சினைனு அலசிப்பார்த்தேன். யாராலும் கண்டுபிடிக்க முடியல. அப்பதான் *man who talks with animals*னு உங்களைப் பத்தி டெல்லி பத்திரிகை ஒண்ணுல படிச்சேன். உங்களைப் பத்தி விசாரிச்சேன். எல்லோரும் உயர்வா சொன்னாங்க. அதான் தேடி வந்து இருக்கேன்" என்றார்.

அப்பா கூர்மையாகப் பார்த்தார்.

“இயற்கை இனிமையானது விலங்குகள் அன்பானவை.... ஆனால் தொடர்ந்து இம்சிக்கின்றன.... கடிக்கவோ தாக்கவோ செய்யாமல் மறைமுகத் தாக்குதலைச் செய்கின்றன. இது சாத்வீக எதிர்ப்பு. தாவர உணவின் தன்மை.... அதாவது குரங்குகளுக்கு உங்க மேல கோபம். ஏதாவது குரங்குகளுக்குக் கெடுதி பண்ணீங்களா” என கேட்டார்.

“சாமி நான் தண்ணி பொண்ணுங்க மேட்டர்னு தப்பு பண்ணி இருக்கேன். ஆனால் குரங்குக்கும் எனக்கும் சம்பந்தமே இல்லை. ஆனால் என்னை ஏன் விலங்குகள் துரத்துகின்றன. புரியல யோசிச்சுப்பார்க்கும்போதுதான் என் வாழ்வின் பல கட்டங்களில் பல வாய்ப்புகளை விலங்குகள் பறிச்சதை உணர்றேன்” என்றான் நாகராஜ்.

அவன் குரல் தழுதழுத்தது. பெரியவர்களிடம் பேசிப் பழக்கமற்றதாலும் உடல் வலியாலும் பேச்சு குழறியது. தாடி மீசை அற்ற அவனது பணக்கார முகம் சோகம் தாங்காமல் சிவந்து இருந்தது. சோகத்தை வெளிக்காட்டாத அமைதியான முகம் வெள்ளை வேட்டி சட்டை என இவனுக்கு முற்றிலும் எதிர் துருவத்தில் ஆலாலகண்டன் இருந்தார்.

“ஆமா சாமி.... நாங்கலாம் கனவிலும் மிருகங்களைத் துன்புறுத்தியது இல்லை. ஜல்லிக்கட்டுல என் நிலைப்பாடு தெரியும்ல” என்றார் அமைச்சர்

“இங்கே பாருங்க.... நம்மை நாமே ஏமாத்திப் பயனில்லை... நாம செய்ற எல்லாமே இயற்கைப் பேரேட்டுல பதிவு ஆகிட்டே இருக்கு.... எதுனாலும் சொல்லுங்க.... பாட பாட ராகம், மூட மூட ரோகம்” என்றார் அப்பா.

அமைச்சர் முகம் சற்றே மாறியது.

“சாமி.... இனியும் மறைக்க விரும்பல.... அசட்டுத்தனமா ஒரு தப்பு செஞ்சு இருக்கேன். அப்ப இவனுக்கு அஞ்சு வயசு இருக்கும். நண்பர்களோட மலைப்பயணம். இவனையும் அழைச்சுட்டுப் போனேன். வழியில டீ சாப்பிட கார் நிறுத்தினோம். அப்ப ஒரு குரங்கு தன் சின்னஞ்சிறு குட்டியோட வந்துச்சு. வாழைப்பழம் கொடுத்தோம். அது சாப்பிடுவதும் குழந்தைக்கு ஊட்டுவதும் வேடிக்கையா இருந்துச்சு. இவன் அதைப் பார்த்துச் சிரிச்சான். அவனை இன்னும் சிரிக்க வைக்கலாம்னு நினைச்சு, அந்தக் குட்டியை என் ஆள் ஒருவனை வச்சுப் பிடிக்கச் சொன்னேன். அவன் பழம் கொடுப்பது போல ஏமாத்தி

குட்டிய பிடிச்சுட்டான். குரங்கு பதறிப்போய் உறுமிச்சு. கொடு கொடுனு கெஞ்சிற மாதிரி அலைமோதுச்சு. அந்தப் பிஞ்சு குட்டியும் தப்பிக்கப் போராடுச்சு அது எனக்கு வேடிக்கையா இருந்துச்சு. காரை எடுடானு சொல்லிட்டேன். குட்டியோட கார் கிளம்புச்சு. மிதமான வேகத்துல ஓட்டச் சொன்னேன்.

ஒரு அம்மா குழந்தைக்காக எப்படி ஓடி வருவாளோ அதே மாதிரி குரங்கு பினனாடியே ஓடி வந்துச்சு. வேறு சில குரங்குகளும் சேர்ந்து கொண்டன. குரங்குகளின் பேரணிடா என ஆர்ப்பட்டடமாய்ச் சிரித்தோம். நான் என்ன நினைச்சேனு தெரியல... மனசுக்குள்ள எந்த பேயி புகுந்துச்சோ தெரியல. குடிச்ச சரக்கோட வேலையானு புரியல யார் மேல இருக்கும் கோபம்னு தெரியல. அந்தக் குட்டியை வாங்கி ஓங்கி ரோடுல அடிச்சேன்.... கார் வேகம், என் ஃபோர்ஸ் சேர்ந்து அது ரத்த சகதியா மாறுச்சு...

கார்ல இருப்பவங்க எல்லாரும் உற்சாகமா கைதட்டுனாங்க.... பாவம் சார்னு ட்ரைவர் மட்டும் இரக்கப்பட்டு கார் நிறுத்திப் பார்த்தான். பாவம் குட்டி உடனடியா செத்துருச்சு.... தாய் குரங்கோட கதறல் பார்த்து என் போதையே இறங்கிருச்சு.... பாவம் இவன் அழ ஆரம்பிச்சுட்டான்.... தப்பு பண்ணிட்டோம்னு தோணுச்சு... அப்படியே கிளம்பிட்டோம்.... காலப்போக்குல மறந்துட்டேன்.... அது இவ்வளவு பெரிய வில்லங்கம் ஆகும்னு நினைக்கல" என்றார் அமைச்சர்.

"இயற்கையின் பதிலடிகள் வினோதமானவை.... நம்ப முடியாதவை.... அறிவியல்பூர்வமாக விளக்க முடியாத பல சம்பவங்கள் உண்டு. சரி.... மனப்பூர்வமா இதுக்கு வருந்துறீங்களா அல்லது பிரச்சினையில் இருந்து தப்ப என்னிடம் வந்து இருக்கீங்களா."

"சாமி, நான் ஒரு பொறுப்பான அமைச்சர். இதுக்கு ரொம்ப வெட்கப் படுறேன். என்ன தண்டனைனாலும் ஏத்துக்கத் தயாரா இருக்கேன் நான் செஞ்ச பாவம் பையனை பாதிக்கக் கூடாது."

ஒரு கணத்தில் அமைச்சர் மாறி பாசமான தந்தை தெரிந்தார்.

"அப்பனோட சொத்தும் பதவியும் பையனுக்கு... பாவம் மட்டும் பையனுக்கு இல்லையா ஹாஹா" வாய்விட்டுச் சிரித்தார் அப்பா.

"நான் சொல்ற மாதிரி செய்ங்க... நான் சொல்ற கோயிலுக்குப் போங்க. அங்கே நிறைய குரங்குகள் இருக்கும். மனப்பூர்வமா தரையில் விழுந்து மன்னிப்பு கேளுங்க. நூறு பேரு சாப்பிடுற மாதிரி சாப்பாடு ரெடி

செஞ்சு குரங்குகளுக்குப் படைங்க. நான் கூட வந்து அதுகளை ஒழுங்கு படுத்துறேன். அப்புறம் உங்களுக்குப் பிடிச்ச அனுமான் கோயிலுக்கு ஏதாவது கைங்கர்யம் செய்ங்க" என்றார்.

சொன்ன மாதிரி அந்தக் கோயிலுக்கு அப்பாவும் வந்தார். அப்பா ஒரு வித குரலை எழுப்புவதும், அதற்கு குரங்குகள் கட்டுப்படுவதும் ஆச்சர்யமாய் இருந்தது. அமைதியாக விருந்தை உண்டு முடித்தன. இப்படி அமைதியாக குரங்குகள் அமர்ந்து சாப்பிடுவதைப் பார்த்து அமைச்சரும் அவர் நண்பர்களும் அசந்துபோனார்கள். அப்பா குரல் கொடுத்ததும் ஓடி மறைந்தன. "இனி பிரச்சினை இல்லை" என்றார் அப்பா.

கேசவன் ஜீ கேசவன் ஜீ என கூட இருந்த வட இந்திய தலைவர்களும் அப்பாவை கொண்டாடினர். மத்திய பிரதேசத்தில் உஜ்ஜயினிக்கு அருகில் இருக்கும் ஒரு புராதன அனுமன் கோயிலை அதன் இடிபாடுகளில் இருந்து மீட்டு தன் காசில் இருந்து லட்சக்கணக்கில் செலவிட்டுப் புதுப்பித்தார். அரசு மூலம் கோடிக்கணக்கில் செலவிட்டு சுற்றுலா மையம் ஆக்கினார்.

அந்தப் பையன் பிறகு அமைச்சர் ஆனார். "அவர் சொல்லித்தான் உனக்கு விசா வாங்க முடிந்தது" என்றார் பலராமன். "குரங்கோட பேசுவாரா ஆச்சர்யமா இருக்கே" என்றாள் மோனிகா.

"ஆமாமா... இது வழியா வழியா வந்து கொண்டு இருக்கும் அரிய கலை. குரங்குகளை வேட்டையாடாமல் துரத்த குரங்கின் எதிரி விலங்கான நீள் வால் குரங்கு போல மிமிக்ரி செய்வோர் இன்றும் உண்டு. மத நம்பிக்கைகள், மனிதாபிமானம் காரணமாக பலர் குரங்குகளைக் காயப்படுத்த விரும்புவதில்லை. இந்த மிமிக்ரி கலைஞர்கள் சாத்வீகமாக இதைக் கையாள்வார்.

அரசு நிறுவனங்களேகூட இவர்களை அணுகுவது உண்டு. அப்பா இந்தக் கலையில் மாஸ்டர் டிகிரி முடித்தவர் போன்றவர். குரங்கு ஸ்பெஷலிஸ்ட் என்றாலும் பொதுவான இயற்கை மீதான அக்கறை, சைக்காலஜி, ஆன்மீகம், ஜோதிடம் எல்லாம் கலந்தவர் என்பதால் பல மட்டங்களில் அவர் விரும்பப்பட்டார்" என்றார் பலராமன்.

"நீங்க ஏன் அதை கத்துக்கல" என்றான் ஆதி.

"இக்கலையை அவர் தந்தையிடம் இருந்து கற்றார். பரம்பரை பரம்பரையாக இது கைமாறி வந்து கொண்டு இருக்கு. ஆனால்

என்னை குரங்குப் பரம்பரை எனச் சிலர் கேலி செய்வது எனக்குக் கஷ்டமா இருந்துச்சு. டாகடர் எஞ்சினியர் கலெக்டர்னு அவனவன் போறான். நாம அப்பன் தொழிலையே செய்யக்கூடாதுனு தோணுச்சு. ஏன்யா இன்னொருத்தர் நிழலிலே வாழ்ற உனக்குனு ஒரு அடையாளத்தை உருவாக்குனு நான் அப்ப காதலிச்ச பொண்ணு என்னை ஊக்கப்படுத்துனா. அவதான் பிற்காலத்துல உன் அம்மா ஆனா. அதனால நான் அவர் அடையாளத்தை சுத்தமா அழிச்சு விவசாயி ஆனேன். உன்னை சாஃப்ட்வேர் படிக்க வச்சேன். வெளி நாடு அனுப்புச்சேன், பழைய அடையாளம் சுத்தமாக அழிச்சாச்சு. இதுல அப்பாவுக்குக் கோபம்தான். ஆனால் இப்போ சமாதானம் ஆகிட்டார்'' சிரித்தார் பலராமன்.

“அப்பா... அப்பன் தொழிலை பையன் செய்யணும் சொல்றது தப்புதான் ஆனால் ஒப்பற்ற கலைகள் அழிவது நல்லதா?'' என்றான் ஆதி.

டேய் எல்லாமே அரிய கலைகள்தான்.... நாம கலைகளை மதிப்பதில்லை.... சமூக அங்கீகாரம் தருவதில்லை.... நான் அப்பாவின் கலையைக் கத்துக்கிட்டு உனக்கும் கத்துக் கொடுத்து இருந்தா கலை வாழ்ந்து இருக்கும். ஆனா உனக்கு இப்ப இருக்குற சமூக அடையாளமோ உயர்வோ கிடைச்சு இருக்காது இல்லையா?'' ஆவேசமாய்க் கேட்டார் பலராமன்.

அப்பா தரப்பு நியாயம் ஆதிக்குப் புரிந்தது.

“சரிப்பா... என் ரிப்போர்ட்ஸ் பல்வேறு சர்வதேச ஜர்னல்களில் வந்த கட்டுரைகள் என் மெடல்கள் எல்லாம் எடுத்துட்டு வயேன். அவரிடம் காட்டி ஆசி வாங்கணும். மோனிகாவையும் அறிமுகம் செய்யணும்'' என்றான் ஆதித்யன்.

★★★

“திண்ணையில் அமர்ந்து நாம ரெண்டு பேர் மட்டும் பேசுறது புது அனுபவம்ல'' என்றாள்.

“அப்பா ஒரு மேட்டர் சொன்னார்ல, அதுல எத்தனை வகை குரங்குகள்! அமைச்சரால் கொல்லப்பட்ட குரங்கு, விருந்து சாப்பிட்ட குரங்குகள், துரத்தும் குரங்கு, துரத்தப்படும் குரங்கு என ஒவ்வொன்றும் தனி இனம், அந்த இனத்தின் பெயரைத்தான் அவர் சொன்னார். நம்ம மனசு அதை உள்வாங்க முடியல. நமக்குப் பரிச்சயம் இல்ல. ஏலக்கி, ரஸ்தாளி, பேயன், மொந்தன், பூவன், கற்பூரம்னு பல

வகைகள் இருந்தாலும் எல்லாத்தையும் வாழைப்பழம்னு ஒரே பேர்ல சொல்றோமே அது மாதிரிதான். இது மத்தவங்களுக்கு பிரச்சினை இல்லை... ஆனால் இயற்கை அறிவுனு பேசுற எனக்கு இயற்கை பத்தி சில அடிப்படைகள் தெரிஞ்சு இருக்கணும். அது இல்லாம வெறும் தியரிட்டிக்கலா ஆராய்ச்சி செய்ததும் என் தோல்விக்கு ஒரு காரணமா இருக்கலாம்.

எப்படியோ, இந்தப் பயணத்துல இயற்கை மீது ஒரு புதிய பார்வை கிடைச்சா சந்தோஷப்படுவேன்.''

அவனது முகத்தின் ஏக்கமும் கவலையும் அவளை ஏதோ செய்தது... பேச்சை மாற்ற முனைந்தாள்.

''உங்க அப்பா சொன்ன கதையைக் கேட்டப்ப எனக்கு ஒண்ணு தோணுச்சு. சுற்றுலா திட்டத்துக்கான வழியை அமைச்சர் செயற்கை அறிவிடம் கேட்டு இருந்தா, அந்தக் குரங்குகள் நிறைந்த வழியைக் காட்டி இருக்காதுல? அமைச்சரின் குணத்துக்கு குரங்குகளிடம் ஏதாவது சேட்டை பண்ணுவார்னு கணிச்சு அந்தப் பாதையைத் தவிர்த்து இருக்கும். ஒரு குரங்குக் குட்டி தப்பிச்சு இருக்கும். அந்த நாகராஜோட பல ஆண்டுகள் மன உளைச்சல் தவிர்க்கப்பட்டு இருக்கும்... என்ன சொல்றீங்க?'' என்றாள்.

''மை காட் நான் இப்பதான் அதை யோசிக்கிறேன். நீயும் யோசிச்சுப்பாரு... செயற்கை அறிவு அந்தக் குரங்குக் குட்டி சாவை தடுத்து இருக்கும்தான். ஆனால் ஒரு பழங்கால ஆலயம் கோடிக்கணக்கான செலவில சுற்றுலாத்தலம் ஆதல், என்னோட இங்கிலாந்துப் பயணம், நம்ம காதல், இந்தப் பயணம் பல விஷயங்கள் நடக்காமயே போயி இருக்கலாம். அதனால மனித அறிவுகளின் திரட்டான செயற்கை அறிவை விட, கெட்டதே நடந்தாலும் இயற்கையோட போக்குல போறதே நல்லதா? அல்லது செயற்கை அறிவுமே கூட இயற்கையின் செயல்திட்டமா... சரி சரி... நாளை தாத்தாவைப் பார்க்கப்போறோம்... தூங்கலாம். குட் நைட்.''

★★★

''அப்பா... இவன் உங்க பேரன் ஆதி... இவ அவன் கட்டிக்கப்போற பொண்ணு.'' அறிமுகம் செய்தார் பலராமன்.

மரத்தடியில் அமர்ந்து இருந்த கேசவனைப் பார்த்தபோது, யாரோ ஒரு பெரியவரைப் பார்ப்பது போல இருந்தது. தனது தாத்தா தனது

மூதாதை என்ற எண்ணத்தை வலிய வரவழைத்துக் கொண்டான் ஆதி.

கோழிகள், ஆடுகள், குரங்கு, பறவைச் சத்தம் என்ற இயற்கையான சூழல் ஒருவித ஏக்கத்தை ஏற்படுத்தியது. சின்ன வயதில் இங்கு அடிக்கடி வரும் சூழல் தனக்குக் கிடைத்து இருந்தால் எப்படி இருக்கும் என நினைத்துக் கொண்டான்.

“வணக்கம் தாத்தா... ஃபாரின்ல இருக்கேன். செயற்கை அறிவு குறித்து பல முக்கியமான கண்டுபிடிப்புகள் நிகழ்த்தி இருக்கேன். இதோ பாருங்க...

பெருமையாகப் பல போட்டோக்களைக் காட்டினான் ஆதி... ஆய்வேடுகள், ஷீல்டுகள், பதக்கங்கள் அருகில் வைக்கப்பட்டு இருந்தன.

மெல்ல அவற்றைத் தடவிப்பார்த்தார் கேசவன்.

“எது எப்படியோ எல்லோருமே பழச மறந்துட்டீங்க... ஒரு அரிய கலை என்னோட மறையப் போகுது. ஆரம்பத்துல எனக்கு குரங்கு வாய்ஸ் வரவே இல்லை தெரியுமா. அப்பா போட்டு அடிப்பாரு... ஒரு தடவை ஒரு பச்சைக்குழந்தை. பக்கத்துல அம்மா இல்லை. குரங்கு எப்படியோ குழந்தையிடம் போய் இருச்சு. எல்லோரும் பயந்துட்டாங்க. அப்பதான் என்னையும் மீறி அந்தக் குரல் வந்துச்சு. அதுக்குக் கட்டுப்பட்டு குரங்கு போய்ருச்சு. அதுக்கு அப்புறம் ஃபேமஸ் ஆயிட்டேன். எவ்வளவோ அனுபவங்கள்... இயற்கையோட பேச தெரியணும் தம்பி” என்றார்.

அதுவரை நின்றுகொண்டு இருந்த பலராமன், இனி தனது ஒருங்கிணைப்பு தேவை இல்லை என உணர்ந்தது போல நாற்காலியில் அமர்ந்து கொண்டார்.

தாத்தாவும் பேரனும் இந்த வயதில் முதன் முறையாகச் சந்திப்பதும் அவர்களது உடல் மொழியும் மோனிகாவுக்கு வேடிக்கையாக இருந்தது. கொஞ்சம் உப்பு சுவை என்றாலும் குளிர்பானங்களை விட மோர் சுவையாகத்தான் இருக்கிறது என நினைத்தபடி மோரை உறிஞ்சினாள்.

“இப்படி ஒரு வாட்டி அந்த மாதிரி குரல் கொடுத்துக் காட்டுங்களேன்” என்றான் ஆதி.

“இப்பலாம் அதைச் செய்றதில்லைப்பா... இங்கேகூட குரங்குகள் அதிகம்தான்... ஆனால் நான் தலையிடுவதில்லை. எப்படியும்

என்னோட அழியப்போற கலை... அதனால எனக்கும் ஆர்வம் போய்ருச்சு'' என்றார் அவர்.

"என்னங்க இப்படிச் சொல்றாரு'' என்றாள் மோனிகா.

மரத்தடியில் ஒரு குரங்கு இன்னொரு குரங்குக்கு பேன் பார்த்துக்கொண்டு இருந்தது. அதையே உன்னிப்பாகக் கவனித்துக்கொண்டு இருந்தான் கேசவன். குரங்கின் மென் மயிரும் அதன் குறும்பும் அதை ஆட்கொண்டு இருந்த ஆற்றலும் அவனை என்னவோ செய்தன.

மெல்ல மோனிகா அருகே வந்தான்.

"மோனிகா எனக்குள்ள அடிக்கடி ஒரு குரல் கேட்கும்னு சொல்வேன்ல... அது நினைவு வர மாதிரி இருக்கு. நீ கேட்டுட்டே இருப்பியே, இரு. நான் அதற்குக் குரல் கொடுக்க முயற்சி செய்றேன். தாத்தா பல குரல் கலைஞர் என்பதால் அவரும் ஏதாவது ஃபீட்பேக் தரக்கூடும்.''

சொல்லிவிட்டு, கண் மூடி உள்ளம் குவித்து மெல்லக் குரல் கொடுத்தான்.

க்ர்ர் ர்ர் ஹக் ஹக் ஊஊ...

"ஹேய்.... உனக்கு எப்படி இந்தக் குரல் வந்துச்சு... எப்ப பயிற்சி செஞ்ச.... என் ரத்தமாச்சே... பரவசத்துடன் அவர் அவனைப் பார்த்தார் கேசவன் கண்களில் கண்ணீர் வழிந்தது.

பலராமன் முகத்தில் அதிர்ச்சியா, கோபமா, வியப்பா எனத் தெரியாத உணர்வுகள். பேன் பார்த்துக்கொண்டு இருந்த குரங்கு அவன் முகத்தைப் பார்த்து அவன் போலவே குரல் எழுப்பி பதில் அளித்தது.

க்ர்ர் ர்ர் ஹக் ஹக் ஊஊ...

மற்ற குரங்குகளும் பாய்ந்தோடி வந்து வேடிக்கை பார்க்க ஆரம்பித்தன.

அங்கிருந்த ஆய்வேடுகள் ஷீல்டுகள் மெடல்கள் முழுக்க குரங்குகளாய் மாறித் துள்ளிக் குதிப்பன போலவும் பறவைகளாய் மாறி சிறகடிப்பன போலவும் இருந்தன. ஓசைகளால் மட்டுமே ஆன சுவர்களால் உருவான பிரம்மாண்டமான ஓர் அறைக்குள் இருப்பது போல அனைவரும் உணர்ந்தனர்.

★★★

ஜனமேஜயன்

இவருக்கு ஊக்க சக்தியாகவும் குருவாகவும் இருப்பவர்: சாரு நிவேதிதா. சமரசமற்ற பார்வை, பிரச்சாரம் தவிர்த்த பிரதி, நல்ல தமிழ்ச்சொற்கள் பயன்பாடு, வித்தியாசமான பார்வை, புதிய தளங்கள், சுவையான நடை போன்ற மதிப்பீடுகளை சாருவிடமிருந்து எடுத்துக்கொண்டு, தன் பாணியில் பயணித்து வருகிறார். சாரு வாசக வட்ட நண்பர்களின் அன்பையும் நட்பையும் பெரிய சொத்தாக நினைக்கிறார்.

அமுதசுரபி, உரத்த சிந்தனை போன்ற இதழ்களில் இவரது கவிதைகள் பரிசு பெற்றுள்ளன. வெகுஜன இதழ்களில் இவரது சிறுகதைகள் வெளிவந்துள்ளன. சொல்வனம் இதழில் வெளியான 'மரத்தில் மறைந்த மாமத யானை' சிறுகதை இவருக்கு நல்ல பெயரை ஈட்டித்தந்தது. பெருந்தொற்று காலகட்டத்தில் குவிகம் இலக்கியச் சந்திப்புகளில் நடந்த சிறுகதை வாசிப்பில் பரிசு பெற்றதைப் பெருமையாக நினைக்கிறார். உயிர் எழுத்து இதழில் வெளியான கட்டுரைகள் பரவலான வாசிப்பைப் பெற்றுள்ளன.

www.ingramcontent.com/pod-product-compliance
Lightning Source LLC
LaVergne TN
LVHW100308051026
849517LV00006B/2228

* 9 7 8 9 3 9 5 5 1 1 8 0 3 *